விலைமகளின் விலையில்லா கடிதம்

லதாசரவணன்

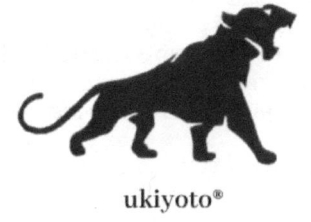

ukiyoto®

Ukiyoto Publishing

அனைத்து உலகளாவிய வெளியீட்டு
உரிமைகளும்

Ukiyoto Publishing

சேர்ந்தது

Published in 2021
Content Copyright © Latha Saravanan

ISBN 9789364948548

அனைத்து உரிமைகளும் பாதுகாக்கப்பட்டவை. இந்த வெளியீட்டின் எந்த பகுதியும் வெளியீட்டாளரின் முன் அனுமதியின்றி, எந்த வகையிலும், மின்னணு, இயந்திர, புகைப்பட நகல், பதிவு செய்தல் அல்லது வேறு எந்த வகையிலும், எந்த வகையிலும் மறுஉருவாக்கம், பரிமாற்றம் அல்லது மீட்டெடுப்பு முறையில் சேமிக்கப்படக்கூடாது. ஆசிரியரின் தார்மீக உரிமைகள் வலியுறுத்தப்பட்டுள்ளன.

இந்த புத்தகத்தில் வரும் சம்பவங்கள் அனைத்தும் கற்பனையே. பெயர்கள், கதாபாத்திரங்கள், இடங்கள், நிகழ்ச்சிகள், இடங்கள் அனைத்தும் ஆசிரியரின் கற்பனை அல்லது கற்பனைகாக உருவாக்கப்பட்டது, யார் மனதையும் புண்படுத்துவதாக எழுதப்படவில்லை. உண்மையான நபர்கள், வாழும் அல்லது இறந்தவர்கள் அல்லது உண்மையான நிகழ்வுகளுடன் உள்ள எந்த ஒற்றுமையும் முற்றிலும் தற்செயலானது.

இந்த புத்தகம் வர்த்தகத்தின் மூலமாகவோ அல்லது வேறுவிதமாகவோ, வெளியீட்டாளரின் முன் அனுமதியின்றி, கடன் வழங்கவோ, மறுவிற்பனை செய்யவோ, பணியமர்த்தப்படவோ அல்லது வேறுவிதமாக புழக்கத்தில் விடவோ கூடாது என்ற நிபந்தனைக்கு உட்பட்டு விற்கப்படுகிறது.

இந்த படைப்பு *Pachyderm Tales*
உடன் இணைந்து
தயாரிக்கப்படுகிறது

www.pachydermtales.com

முன்னுரை

முன்னுரையும் முதலுரையும் முகவுரையாய் காத்திருக்கிறது உங்களின் கண்கள் வாசிக்க, உதிர்த்த வார்த்தைகளை பிரித்து வைக்கிறேன் வாக்கியங்களைச் சேர்த்து வைக்க? வெறும் இரவுச் சேர்க்கைப் பறவையென வாழ்ந்து விட்ட என் அந்தரங்க இரவை அதில் தினம் நிறமிழந்த சிறகுகளை கோர்வையாக்கி தரப்போகிறேன்...

இனம் காணா நிழல் உலகில் ஒரு சிறு வெளிச்சமாய் விநாடிக்கு ஒருமுறை கண்சிமிட்டும் விளக்கின் ஒளியில் ஏற்றதும் பெற்றதும் சிதைந்ததும் சீர்படுத்தியதும் சிக்கலான நூல்கண்டாய் தீர்க்கப்படும் விரல்களாய் காத்திருந்து காத்திருந்து யாரோ ஒரு கவிஞனின் பாடலின் வரிபோல காலங்கள் போனதுதான் மிச்சம்.

என்னவோ எழுதப்போகிறாய் எதையோ சொல்லப்போகிறாய் என்ற ஆர்வக் குறியீட்டில் புருவம் உயர்த்த வேண்டாம் இவையாவும் சுடுமணலில் எழுதப்பட்ட வார்த்தைகள் அதற்கு நீர் தெளித்து சூடு தணிக்கும் விரல்களை விழியீர்ப்பில் தேடித் தேடி அலைந்தது ஒரு காலம் அத்தேடலின் முடிவென்னவாக இருக்கும் அதுதான் இந்த எழுத்துக்கள்

பிள்ளையின் இமை பிரிக்க போராடும் அன்னையின் நிலைதான் எனக்கும் அவள் வருடமொருமுறை பிரசவிக்கிறாள். நான் விநாடிக்கொரு முறை பிரசவிக்கிறேன் என் வலிகளை. குற்றங்கள் கொடிகட்டிப் பறக்க அதன் மையப் பகுதியில் வரிக்கோடுகளாய் நான்! இது அணிலின் மீதிருக்கும் வெள்ளைக்கோடு அல்ல, அனலின் மீதிருக்கும் சிகப்பு கோடு.

அலங்கோலப் படுத்தப்பட்டது ஆடைகள் மட்டுமல்ல அவன் மேல் நான் கொண்ட அன்பும் தான்.

எந்நிலைக்கும் முந்நிலை ஒன்றிருக்கும் அந்நிலைதான் இந்த விலைமகளின் விலையில்லா கடிதம், கடிதம் முழுமைபெறும் முன் உங்களின் எண்ணங்களில் சில கணங்கள் வழியும் நீருக்காய் இதோ என் வரிகள்.

என்றும் அன்புடன்,
லதாசரவணன்.

உள்ளடக்கம்

- கடிதம் ஒன்று 1
- கடிதம் மூன்று 7
- கடிதம் நான்கு 11
- கடிதம் ஐந்து 15
- கடிதம் ஆறு 19
- கடிதம் ஏழு 23
- கடிதம் எட்டு 28
- கடிதம் ஒன்பது 33
- கடிதம் பத்து 37
- கடிதம் பதினொன்று 41
- கடிதம் பன்னிரண்டு 46
- கடிதம் பதின்மூன்று 49
- கடிதம் பதினான்கு 54
- கடிதம் பதினாறு 58
- கடிதம் பதினேழு 61
- கடிதம் பதினெட்டு 65
- கடிதம் பத்தொன்பது 70
- கடிதம் இருபது 74
- ஆசிரியர் குறிப்பு 78

கடிதம் ஒன்று

முகமறியா முத்தத்தை பரிசளித்த உனக்கு,

நலம் நலமறிய ஆவலாய்,

ஒற்றை அறையில் அமிலக் கட்டிலின் நடுவில் இணை நாகமென என்னைச் சுற்றி வளைத்து இருக்கும் அந்த சதைப்பசி கொண்ட மனித மிருகத்திற்கு மதிப்பளித்து ஒரு ஒற்றைக் கடிதம்.

பக்கங்கள் எதுவும் உன் பக்கலில் இல்லை பதறி நீ எழ வேண்டாம். முகவரி மறைத்த கடித உறையை கனவுகளில் கிழித்தெறிய வேண்டும் புதைக்கப்பட்ட தேவைக்காக போராடிய உன் உணர்வுத் தாகம் தணித்த குவளை நீர் நான் உணவருந்திய பின் ஒளித்து வைக்கப்பட வேண்டிய பாத்திரம் உமக்கு.

நாற்புறச் சமூகத்தின் கடை நிலைப் பார்வையின் வீச்சம் உணர்ந்தவள் உன் உடற்சூட்டைத் தணிக்க உதிரச் சூட்டைப் பங்களிப்பவள்.

அரையிருட்டில் அமிர்தமாய் தெரிந்த நான்! வெளிச்சப் புள்ளிகளுக்கு நடுவில் மறைந்திருக்கும் நிழலைப் போலத்தானே உமக்கு   !

காளிதாசன் கண்ணதாசன் என கவிபுனைந்தாய் அவ்விருள் அகன்ற அகத்தின் அழுக்கை மூடி போட்டாய் வெள்ளுடையில் தரித்த வெள்ளை சொக்காயின் சோப்புக்கலவையின் வாசத்தோடு அவ்வழுக்கின் வாசத்தை மறைக்கிறாய்.

புதைமணலில் கால் பதித்த பூவின் நிலையெனக்கு ஒவ்வொரு இதழும் பொம்மலாட்டக் கயிறு கொண்டு காற்றின் இழுதிரையில் இரவு உதிர்க்கிறேன் பகலில் உறைகிறேன்.

நான் அப்பகலை விரும்புவதில்லை எத்தனையோ வாடிக்கைகள் ஏகப்பட்ட இதழணைப்புகள் எச்சில் எனினும் உச்சம் தேடும் புல்லுருவிகள். சமூகத்தின் சாளரங்கள் மெய்யில் பதிந்திருந்த நகங்கள். இச் ஜென்மமே என்ன சாதனையை சுமப்பாய்

அணில் தரித்த கோடுகளாய் அழுந்தப் பூசிய உதட்டுச் சாயம் என் வரையில்

விலைமகளின் விலையில்லா கடிதம்

கடிபட்ட பிளவின் புண்ணை மறைக்க நித்தம் பொட்டிட்ட நெற்றியின் சாயத்திற்கு அர்த்தம் அனைத்துமே அனர்த்தங்களாய்.

ஒரு நெருப்பு வேள்வியில் என்றோ மரித்த உணர்விற்கு மூலாம் பூசி பளபளப்பாகிறது இச் சதை முட்டை.

கவலைப்படாதே உன்னைக் காட்டிச் கொடுக்க மாட்டேன் அந்தரங்கச் சிரிப்பில் நிஜம் தேடும் அரைவேக்காடு இல்லை நான்.

என் வரையில் என் கட்டிலின் பேச்சிற்கு காசளக்கும் கணக்குப் பெட்டகம் நீ அதற்கு உரிமை கொண்டாடும் முதலாளி இல்லை நான்.

நான் சிகப்பு மந்திரச் சிறையில் இருக்கிறேன் தீ நாக்குகளுக்கு என் இடுப்புச் சதையை இரையாக்குகிறேன் இரக்கமின்றி சுவைக்கப்பட்ட இந்த இரையின் ஒரு துளி ஆசுவாசம்தான் இக்கடிதம்

விலைபேசப்படும் விலைமகளின் விலையில்லா இக்கடிதம் இந்த மேடையில்

இன்றும் எனை ஆட வைத்திருக்கும் முதற் பார்வையாளனான உனக்கு!

விலைமகளின் விலையில்லா கடிதம் |

கடிதம் இரண்டு

முதல் புதைந்த மணலுக்கு,

மோதும் விழிகளில் பாயும் மின்சாரம் அள்ளிச் சுருட்டிய தாவணிக்குள் புதைந்திருக்கும் அழகின் மர்மத்தை அடையத் துடித்த அவன் கண்கள் எனை நோக்கி விசிய வலைப்பின்னலின் அழகில் பிள்ளையென சரணடைந்தேன் அடிக்கட்டு மனையும் ஆத்தோர புதரும் அக்காதலை வளர்த்தன.

இங்கு இச்சைகள் தீர்க்கப்படுகிறது ஆனால் ஆர்வம் மிகுதியில் என்னை நானே அவனிடம் ஒப்புவிக்கிறேன் பொத்தல் விழுந்த கண்ணாடியில் அழுக்கும் கூட அழகின் தோற்றமாய் !

திரண்ட நாளினை தெரிவித்த அன்னையின் மேல்தான் எனக்கு முதற்கோபம். மஞ்சள் நீரில் குளிர்வித்து புதிது உடுத்தி பூச்சூடி நாவிற்கு சுவை அளித்த அவள் மறந்தே போனாள் அந் நடுப்பிளவும் சுவைதேடும் என்று அவள் மறந்திருப்பாளோ அல்லது அத்தனை சீக்கிரம் நான் ஏமாறுவேன் என்று நினைத்திருக்க மாட்டாள். தாளம் தப்பிய அந்நடனத்தை அறிந்த நேரம் வெகுதூரம்

சென்றுவிட்ட ரயில்பொட்டியாய் மாறிப்போனேன். அவனை வசீகரிக்க மேலெழுந்த இளமைகள் தடதடத்தது தண்டவாளங்களாய், அரைபட்ட கற்களின் சப்தங்கள் எல்லாம் எங்கள் எச்சில் முத்தங்களின் ஒலியில் கரைந்து போனது.

கொடும் நோய் கொண்டு போன சுவை சுரப்பிகளாய் எனைக் கொண்டு போனான் அவன் நிமிட நேரங்களில் வாசல் தாண்டிய வண்ண கோலமாய் நான் பூசல் நிகழும் வரையில் நிறமிழக்கவில்லை. நித்தம் ஒரு வாசஸ்தலங்கள் நிலையில்லா இரவுகளின் எரிச்சல் மண்டிய உறவுகளின் பிடியின் நான் சிக்கிக் கொள்ளும் வரையில் வானுலக தேவனாய் வலம் வந்தான்.

இழப்பதற்கு இனி எனக்கு என்ன இருக்கிறது அன்னையினை இழந்த இதயம் அவள் அணைப்பினை கடந்து அந்நியனின் சுகத்திற்கு ஆசைப்பட்ட இதயம்.

விளக்குகளில் வெளிச்சம் பூசப்பட வேண்டுமெனில் நானொரு திரைபிரபலத்தின் மினுமினுக்கும் உடலாய் இருக்க வேண்டும். அல்லது அந்நிய தேசத்தில் இறந்து போன விவரம் அறியா காரணம் தொலைத்த மெய்யாய் இரும்புத் தகட்டில் கால்களில் வெள்ளை ரசீது கட்டிய

அதுவாய் இருந்திருக்க வேண்டும். அல்லது இளங்குமரியாய் இருக்க வேண்டும்.

பலவேறு வரிகளைச் சுமந்த அந்த முழு வரிகளில் வரவேற்பு பானம் சுமந்த குளிர் கிண்ணத்தைப் போல இந்நோட்டுப் புத்தகத்தினை என் மைகள் நிறைத்திருக்க வேண்டும்.

வாசிக்கப்படாமலேயே தகுதி இழப்பென்னும் சாயம் பூசப்பட்ட இலக்கியங்களுக்குள் எனது இதயமும் ஒன்று

வெறும் தமனிகளின் அறைகளில் பூட்டிக்கொண்ட ரகசிய செப்பேடுகளை தோண்டியெடுக்க எந்த அகழ்வராய்ச்சி நிறுவனனும் தயாராக இல்லை.

ஒரு தேர்ந்தெடுக்கப்பட்ட துப்பறிவாளனுக்கு தெரியுமா? தமனிகள் தாண்டிய இதயப்படுக்கைக்குள் குற்றுயிரும் கொலை உயிருமாய் குருதிக்குள் நனைந்திருக்கும் பஞ்சுப் பொதிகள்!

கடிதம் மூன்று

முதல் திரண்ட ரத்தம்,

நிகழ்காலத்தின் நிஜம் அறைந்தது. நிழல் இனித்தது ஆனால் எந்நேரமும் நிழலுக்குள் புதைந்து கொள்ள முடியவில்லை. ஆறடி நிலமொன்று அரை நிமிடத்தில் அள்ளிக்கொள்ளாதா என்று ஏங்க வைக்கிறது.

இப்போதும் சாலையோரங்களில் அடையாளம் தொலைத்த கட்டிடமாய் முகவரி தொலைத்த கடிதமாய் நான் செல்லும் போது எதிர்படும் நிறைய சதைப்பிண்டங்களில் மனிதனைத் தேடுகிறேன்.

பிண்டங்களின் பார்வைகள் கழுகின் கூரிய அலகுகளாய் கொட்டும் நன்றாய் நினைவிருக்கிறது அந்நாளை மாலைநேர நடைபயணம். பல நேரங்களில் எனக்கு இது வாய்ப்பதில்லை. மாதம் மூன்று நாட்களின் வரத்து அந்த ஓய்வை எனக்கு அள்ளித்தரும். எத்தனை முறை அலுத்திருக்கிறேன். ச்சே... அம்மா போகும் போது கோயிலுக்கு போக முடியவில்லை. இந்த புழக்கடையில் மூணுநாட்கள் மறைத்து வைத்திருக்கிறாளே அடிவயிற்று வலியும்

அசராத உதிரப்போக்கும் அலுத்திருந்த நாட்கள் அவை. இன்றைய அந்நிய இரவுகளுக்குள் அந்த அலுத்திருந்த நாட்களை தேடிகிறேன்.

வரமான அந்நாளின் மாலையில் விளக்கணைப்பதற்கு முன்பு வசீகரிக்கும் உதட்டின் சுழிப்பிற்கென மினுமினுக்கு உதட்டுச்சாயத்தின் நிறத்தை தேர்ந்தெடுக்கிறேன். அருகில் பேச்சுக்குரல்கள் என்ன வேண்டுமோ வாங்கிக்கோ...

வேண்டாங்க அத்தைக்கு தெரிந்தா திட்டுவாங்க?!இத்தனை செலவு எதுக்கு ?

அவங்க வயசானவங்க அப்படித்தான் பேசுவாங்க.... இந்த வயசுலே அனுபவிக்காம எப்போ அனுபவிக்கபோறோம். அதுவும் இதையெல்லாம் அவங்க முன்னாடியா போடப்போறே நாம இரண்டுபேரும் அதற்கு மேல் வார்த்தைகளின் உரசல்கள் குறைந்து அவர்களின் உரசல்கள் இந்த உரையாடல்கள் எனக்குள் சுவாரஸ்யமாய். நேரக்கணக்கிற்கென மேலூர்ந்து செல்லும் ஜந்துக்கள் இத்தனை அன்பாய் அக்கறையாய் கதைப்பது இல்லை. பெரும்பாலும் அவர்களின் கதைப்புகள்

எல்லாம் என் உடலோடுதான் !

அத்திப்பூத்தாற்போல் என் உடலைத் துளைத்து பூர்வீகம் கேட்கும் காதுகளும் அதிகம். அக்காதுகள் கேட்கும் கதைக்காய் சில நேரம் உச்சுக்கொட்டும் சிலநேரம் உனக்கு இதெல்லாம் தேவைதான் என்று என்னையே தேளாய் கொத்தும். உஷ்ணப் பெரு மூச்சுகளில் அவற்றை மறைக்கும் லாவகம் நானறிவேன். இச்சை தீர்க்கும் நேரம்தான் எங்களின் உறவு தப்பித்தவறி எதிர்ப்பட்டால் ஏதோ சாலையோர அசிங்கத்தைப் பார்ப்பதைப் போல் தள்ளிப்போகும் அவைகள். நடுநிசிகள் நாற்றங்களை வாசனை திரவியங்களைத் தெளித்து மகிழ்விக்கிறது. வாசம் காலியாகப்போகும் நடுப்பகலில் நாற்றம் குலையைப் பிடுங்குகிறது.

கடிதம் நான்கு

நிரம்பிய கறை கோடுகள்,

வண்ணக் கோடுகளை கலர் பென்சிலால் நிரப்பிக் கொண்டிருக்கிறேன் நான் என் மேல் கறைபடியா சில நிமிடங்களில் இப்படி கலர் சாயம் தீட்டுவது என் வழக்கம் பெரும்பாலும் நடுநிசி நாய்களுக்கு உடல் விருந்து அளித்து ஓய்ந்து போய் இருக்கும் நேரங்களில் இப்படி எனை இலகுவாக்கிக் கொள்ள பென்சிலை மெய்யிடையில் சுமையில்லா நேரங்களில் விரல்களின் இடையில் சுமப்பது வழக்கம்.

ஆயிரமும் ஐநூறும் தன் அடக்கம் தொலைத்து சட்டைப்பையிலும் ரவிக்கை விளிம்பிலும் சொருகிக்கொண்டு குதூகலித்து தன் கற்பை காவு கொடுத்தலாலோ என்னமோ நள்ளிரவில் நிறம் மாற்றிக் கொண்டது. வண்ணம் மாறினாலும் கரன்சியின் வாசனைக்கு ஏங்கும். முகத்துவாரங்களைப் போல் நானில்லை, என் வண்ணம் எப்போது நிரந்தரச் சிவப்பாகிப் போனது எத்தனைக் கொடூரம்

நிர்வாண நிலவைப் போல சாலையோர மரங்களிடம் காதல் பேசும் தென்றலைப்

போல சாற்றப்பட்ட கதவுகளுக்குப் பின்னால் கண்ணாடி பொம்மையென பொய்யாய் சிரித்து பொய்யாய் பிரதிபலித்து வாபம் கோடுகளின் ராணியாகிப் போகிறேன்

சதுரங்கத்தில் முதன்மைப் பொறுப்பு ராணிக்கு கட்டங்களுக்குள் அடைகாத்து நிற்கும் அத்தனை சிப்பாய்களும் மந்திரிகளும் ஏன் மாமன்னனும் கூட பாதுகாவலன் எனும் பிம்பத்தை உருவாக்கி நிழலில் நிஜம் தொலைத்து சிக்கென ஒரு சிக்கலை உருவாக்கி... பின் அதையே உறவாக்கி... என்ன சொல்ல வருகிறேன் நான்

சிந்தனைகள் சட்டென்று அறுபட்டு நிற்கிறது. நரைமுடியொன்று இத்தனை நாள் கருமையுனுள் புதைந்து ஒரு கவர்ச்சியைத் தந்திருப்பினும், நரை என் வயிற்றுக்குத் திரை போட்டு விடக் கூடாதென்ற முடிவில் வாதம் வந்த இளம்பிள்ளையாய் நடக்க மருண்ட கால்களுக்கு கட்டைப் பொறுத்துவதைப் போல கலர் வண்ணம் பூசிக் கொள்கிறேன்

வண்ண மடித்தது நீள கோடுகளுக்கு மட்டுமல்ல என் ஒற்றை நரைமுடிக்கும் சேர்த்துத்தான். என்னை வட்டமடிக்கும்

வல்லூருகளை வாசலில் இருந்து வரவேற்பதைப் போல அலங்காரமாய் அவ்விரவும் நகர்கிறது.

நான் கனவில் ஒரு தேவலோக பறவை பிறர் தாகம் தீர்க்க தனமெடுத்த தாமதப்பறவை என் கூட்டிற்குள் இந்நோர் இணைப்பறவை அவள் என்னை நினைவூட்டுகிறாள். முற்றத்தில் தன் ஒரே சொத்தான கருநீல லெதர்பையை மார்போடு இறுக்கிக் கொள்கிறாள். தன்னைச் சுற்றி நின்ற முரட்டு மீசைகளின் தேவை அதுதான் என்று பொய்யாய் நினைக்கிறாள். எது தன்னிடம் பறிக்கப்பட போகிறது என்பதை எந்த பகுத்தறிவு பாசறையும் அவளுக்கு உணர்த்தப் போவதில்லை.

மருண்ட பார்வையில் அப்பிய பயம் அக்கண்களில் மையோடு வழிந்தது இன்னும் எத்தனை நாள் இவளின் தாத்பர்யமும் தவிப்பும். வெகு சில தினக் கரைசல்களில் அவளும் தன்னில் தாரளமயக் கொள்கையைக் கடைபிடிப்பாள்.

முந்தானை நழுவவிட்டு அரை மயக்கப் புன்னகையோடும் அதீத கவர்ச்சியோடும் ஆண்களை வசீகரிப்பாள். ஒவென்ற அலறல் அவள் தன்னை தயார்ப்படுத்திக்

கொள்ளப் போகிறாள் என்று உணர்த்தியது. என்னையும் அறியாமல் நானும் இதே கூடத்தில் கிடந்த நிலை கண்முன்னால்.

கடிதம் ஐந்து

இதுவும் கடந்து போகும்,

மிதமிஞ்சிய காதலில் பாலில் தண்ணீராய் கலந்தது காமம், கஜினி கூட காதலிற்காய் இத்தனை படையெடுத்து இருப்பானோ ? கணக்கிலடங்கா கரைசலில் புதைந்தது பொட்டாசியமும், மக்னீசியமும் இல்லை என் உள்ளங்கை அகல நரம்புகளுக்குள் புதைந்து மார்பின் தோல்களுக்கு உள்ளே இரத்தத்தினால் பிசைந்த அப்பிண்டம். சோதனைக் குடுவைக்குள் குதித்தாடும் திரவமென பள்ளிப்படிப்பில் பருவப்படிப்பிற்கு என நிறைவான செழுமைக்கு என்றுமே மதிப்பெண்கள் அதிகம்.

பக்கம் பக்கமாய் எழுதாமலேயே வரிக்கு வரி மனப்பாடம் செய்யாமலேயே காதலியில் இருந்து இல்லாளுக்கு தேர்வானேன். வெற்றி பெற்ற தேர்வில் மதிப்பெண்கள் என்னவோ தோல்விப் பட்டியல்களாய் ! அவனின் சுயரூபக் கண்களுக்கு புலனாகியது. அறையின் முலையில் அழுக்கு வண்ணத்தில் நின்றிருக்கும் அந்த ஒற்றைக் கால் இழந்த

மரப்பீரோ சுமந்திருந்திருந்த மஞ்சள் உலோகம் பூதம் காத்த புதையலென என் தோள்பையில் ஒளிந்து கொண்டது.

நான் அரை மயக்கத்தில் அவனணைப்பில் யாரும் பார்த்துவிடுவார்களோ என்ற பயத்திலேயே சென்டரலின் கூட்டத்தில் கரைந்து பம்பாயின் மையத்தில் வந்து நின்றேன். மஞ்சள் உலோகம் மாலையும் தாலியும் மட்டுமல்ல கொஞ்சமே கொஞ்சம் சந்தோஷத்தையும் பெற்றுத் தந்தது மதர்ப்புடன் பம்பாயின் வரைபடத்தில் கால்வாசியினை கண்டபின்

சாலையோரங்களில் எல்லாம் நான் கண்டது அங்கங்கள் தெரியும்படி உதட்டுச் சுழிப்புடன் நின்ற மாந்தர்களைத்தான் ! அதே கூடத்தில் தள்ளப்பட்டேன் சற்றும் இரக்கமற்று நசுக்கப்பட்டேன் நீ அதற்குத்தான் என்னும் சம்மட்டியின் அடியில் வலித்தாலும் குருதி கொப்பளித்தாலும் என் கணவன் வருவான் மீட்க என்று கத்தியபோது எக்களிட்டுச் சிரித்தாள் அந்த அத்தை. முட்டாளே விற்கச் சொன்னதே அவன்தான் என்று உன் விலை நான்குக்குப் பக்கத்தில் சில பூஜ்ஜியங்கள் என்றாள்.

இம்முறை பூஜ்ஜியங்களுக்கு

விலைமகளின் விலையில்லா கடிதம்

மதிப்பிருந்தது பணத்தைக் கொடு வெளியே போ... ஏமாற்றமும் அழுகையும் துணையாய் என் தோள்பையில் தேடினேன் ஊர்பக்கம் ஒரு வார்த்தையுண்டு அம்மஞ்சல்லி பைசா கூட கிடையாது என்று அப்படித்தான். இந்த பை ரொம்பவும் அழகு என்று என் பழைய தோள்பையை மாற்றி கண்ணாடித் துண்டங்கள் ஒட்டிய புதிய பையை அவன் வாங்கி ஆசையுடன் தந்தானே சரீர் என்று ஒரு வலி அத்தை அடித்திருக்கிறாள். உதடுகளின் ஓரம் மெல்லிய ரத்தப்பொட்டு. எத்தனைத் துழாவிப் பார்த்தும் தோல்பை என் மனம் போலவே காலியாய் !

என்னையும் அறியாமல் என் அடிவயிற்றைத் தழும்பை வருடின விரல்கள். பசியும் பட்டினியுமாய் உடைகளற்ற உடலாய் நான் இருட்டறையில் பிடிவாதமாய் இருந்த போது கிடைத்த பரிசு. சில நேரம் என் ஒரு மணி நேர கலாபக் காதலன் இடுப்பின் கீழ் தன் தேவை தீர்ந்த பிறகு என்ன இது என்பான் மிச்சமிருக்கும் நேரத்தைப் போக்க, உடலால் செயல்பட முடியாமல் மனதால் செயல்பட முயலுவான்.

எத்தனையோ அசட்டுக் காரணங்கள் உண்மையைச் சொன்னால் அவனால்

என்ன செய்ய முடியும்? உச் என்னும் ஒலியைத் தவிர அந்த ஒலியால் எனக்கு என்ன பயன்? மீண்டும் நான் புனிதமடைந்து விடப்போகிறேனா? அல்லது இருட்டறையில் மருண்டிருந்த நேரம் வேட்டையாடிய அந்த தடியன்களின் எச்சிலாகாமல் இருக்கப் போகிறேனா? ஒன்றும் இல்லை

இதுவும் கடந்து போகும் என்ற மனநிலைக்கு நான் வந்து வெகு நாட்கள் ஆகி விட்டது.

கடிதம் ஆறு

ரசிகனின் பார்வையிலும் ரசனை,

பனித்துளிகள் மெல்ல பூவிதழ்களை முத்தமிடும் போது அது சிலிர்த்து தன் மலர்ச்சியைத் தொடரும் அதிகாலை. அநேகமாக நாங்களும் மீட்டர் வட்டியைப் போன்றவர்கள்தான். அடைந்தாலும் விடிந்தாலும் மணிநேரங்கள் அத்தனை மகத்தானவை. எனக்காக நான் எடுத்துக் கொள்ளும் நேரம் என்னவோ இவைதான். அடிச்சூரியன் மேல் எழுந்து இரவு அரக்கர்களை விரட்டி வெளிச்சக் காவல்களை நிற்க வைப்பான்.

இக்காவலர்களால் எங்களுக்கு பெரும் மாறுதல்கள் ஏதும் நடைபெறப்போவது இல்லை நடக்கவே நடக்காது என்று தெரிந்தாலும் கடவுள் இருக்கார். கலைப்படாதீங்க என்று சொல்லும் ஆறுதல் வார்த்தைகளைப் போலத்தான்.

முணுக்முணுக்கென்று எரிந்த சாலையோர விளக்குகள் அணைக்கப்பட்டது. காவிக்கரையுடன் ஒரு மீன்பாடியில் பூக்களை சுமந்து வந்தாள் அந்த ரயில்வே நிறுத்தப் பூக்காரி. காலையும் மாலையும் அவருக்கு நான் வசிக்கும் தெருவில் ஏக

கிராக்கி !

கிழிந்து தொங்கும் ஆணுறைகளை தன் விளக்குமாறால் சுத்தம் செய்தாள் இன்னொரு துப்புரவாளி ! அவர்களுக்குள் ஏதேதோ குசுகுசுக்குள் கெக்களிப்புக்கள்.

நானும் இவர்களைப் போல்தான் ஆண் சமுகத்தின் மன அழுக்கிற்கு ஒரு வடிகாலைப் போல் வாழ்கிறேனே ! இப்போத என் கரங்களில ஒரு தேநீர் கோப்பை. அதில் நுரை ததும்பும் இளம் சூடான பானம் குறைந்தபட்சம் பல கோடி நுரைகளைப் போர்த்தியிருக்கும் அப்பானத்தின் குறிக்கோள் என்னமோ என் தொண்டைக் குழியனை நிரப்புவதுதான் அச்சூட்டை இதமென ஏற்கிறேன் நானும்.

அகால வேளைகளில் சில நொடித்துளிகள் என்னுள் அவ்வப்போது வந்து இந்த இதம் சிக்கிக் கொள்வதுண்டு. ரசனை என்பது என்ன ? ஒரு நான்காம் வகுப்பு சிறுவனின் பாடப்புத்தகக் கேள்விகளுக்குள் ஒன்றாக இதை அடக்கிவிட முடியுமா ?

சிறு குழந்தையின் ரசனை அதன் கைபொம்மையில் அதைக் கொஞ்சுவதும் பிய்த்து எரிந்து அதற்குள் என்னவென்று சோதித்துப் பார்ப்பதும் கூட ஒரு வித

விலைமகளின் விலையில்லா கடிதம்

ரசனைதான் ! ரசிக பெருமக்களின் ரசனைக்காகவே எனை உரித்துத் தருகிறேன் கவர்ச்சியில் எந்த எந்த எல்லைக்கும் போகத்தயார் என்று அறிக்கைவிடும் நடிகையின் பார்வையிலும், அவளை அங்குலமாக ரசிக்கும் ரசிகனின் பார்வையிலும் ரசனை என்பது வேறு.

நதிக்கரையொன்றில் இருவேறு துயரப் படகுகள். சளைக்காமல் நீந்தும் மீன்களைப் பார்த்தபடியே அப்படகு ஒன்றில் பயணப்படும் நான்! கரைசேரா துடுப்புகள் மட்டும் என்னுடன். நிமிடத்திற்கு நிமிடம் மாறியபடி நீர்த்திவலைகளை புறந்தள்ளியபடி இருக்க, துயரப்படகுகள் விநியோகித்தவைகளைப் பட்டியலிட்டு எஞ்சியதை விரல்விட்டு எண்ணி வரவுசெலவு கணக்கை இட்டேன். இடம் வெறுமையானது, இதயம் நிர்மலமானது. என் இன்பப் படுக்கையில் நிம்மதி என்னும் உண்டியலுக்கு ஒரு தனி இடம் ஒதுக்கி வைத்திருக்கிறேன். எத்தனை முயன்றும் துயர நோட்டுக் கற்றைகளால் மட்டுமே அதை நிரப்ப முடிகிறது. இன்பச் சில்லறைகள் என் கால்களைக் கூட இடறக் காணோம். கரையோரம் ஒதுக்கும் உடைந்த முத்துகளை இழந்த சிப்பியின் நிலைதான் எனக்கு என் ரசனைகள் இந்த

உடைந்த சிப்பிகளைப் போலத்தான். வெறும் ஓடுகளை நிறைந்திருக்கும் கிளிஞ்சல் இளவரசியாய் நான் மணல்களுக்கு நடுவில் சிதறிக்கிடக்கிறேன்.

கடிதம் ஏழு

பாறையின் சாரதிக்கு !

ஆளையே அடித்து தூக்குப்போடும் படியான காற்று கூந்தல் இழைகளைக் கொஞ்சி விளையாடிக் கொண்டு இருந்தது. மலை வாசஸ்தலத்தின் முகப்பில் கடந்த எனது வாகனம் தலைதெறிக்க ஓடிக்கொண்டு இருக்க, அதன் கூடவே என் மனதும். ஏதோ சின்னம் பொறிக்கப்பட்ட அந்த குளுமையான காரில் நான் வளைத்திருந்த கரங்களின் சில்மிஷங்களுக்கு பொய்யாய் சிணுங்கியபடியே மனதளவில் தனித்திருக்கும் ஒரு நிலை.

அழுந்தப்பற்றிய இடங்களில் எல்லாம் அச்சுபிரதிகளாய் நகக்கீறல்கள் வாசனைக்காக காரின் முன்னால் அமர்ந்திருந்த அந்த சிறிய பிரஷ்னர் கூட மூச்சுத் திணறும் படியான மதுபான வாசம் சூழ்ந்திருந்தது. அடிக்கடி முன்புறக் கண்ணாடி வழியாக காரோட்டி திருட்டுத்தனமாக பார்வையை வீசியபடியே இருந்தான். ஆனால் வெகு ஜாக்கிரதையா முகத்தில் எந்த உணர்வுகளையும் வெளிப்படுத்தவில்லை. முகம் முழுக்கத் துடைத்தாற்போல்

இருந்தது.

கிட்டதட்ட என் நிலைபோல்தான் அவனும். தன் எஜமானனின் அந்தரங்கத்தை ரசிக்க பயந்திருக்கலாம், அல்லது இந்த திருட்டுத்தனமான பார்வையில் அவனுக்கு ஒரு கிக் இருந்திருக்கலாம். இன்னும் இரண்டு தினங்களுக்கு இணையான அம்மாமிச மலை மதுவின் போதையில் மயங்கி இருந்தது. வாளிப்பான மலையை வாசனை பிடிக்கத் தோன்றிய நேரத்தில் நான் அவனிடம் மெல்ல பேச்சுக் கொடுத்தேன்

கொஞ்சம் வண்டியை நிறுத்துங்க நான் அந்த பாறை மேல உட்கார்ந்துட்டு வர்றேன் என்றேன்.

உச்சிவெய்யிலில் மொட்டைப் பாறையின் உட்காரக் கேட்கும் என்னை பைத்தியத்தைப் போன்றதொரு பார்வையில் நனைத்தான் அவன். சலனமே இல்லாம கடலலைகள், இரப்பைகளைத் தாண்டத் தெரியாத நீர்த்துளிகள், சுற்றிலும் மழை மேகங்களைச் சுமந்திருக்கும் மேகக்கூட்டம் ஒளித்து வைத்திருக்கும் மழைத்துளிகளைப் போல, நிர்மலமாய் இருந்தது அந்த பாறையின் எதிர்புற மலைகள்

விலைமகளின் விலையில்லா கடிதம் |

பாறையின் சூடு அடிப்பகுதியில் அனலாய் காய்ந்த போதிலும், மனத்தின் காந்தலுக்கு இடையில் அது ஒன்றும் அத்தனை சூட்டைத் தரவில்லை. நீண்டு கொண்டே போகும் நிமிடங்களுக்கு நடுவில் மொட்டைபாறையில் இத்தனை வெய்யிலில் எதுக்கு உட்கார்ந்து இருக்கீங்கம்மா....அய்யா பார்த்தா என்னைக் கோபிப்பாங்க என்றான் அதே கள்ளப்பார்வையுடன் பேச்சு உதடுகளில் ... பார்வையோ என் உடலினில் !

உட்கார் என்றேன்!

வேண்டாம் அய்யா பார்த்தா! பயந்தாலும் அமர்ந்து கொண்டான். சுடுதா என்று அவன் கேட்ட கேள்வியிலேயே அவனின் உஷ்ணம் தெரிந்தது. வெய்யில் இரு நிழல் உருவங்களாய் காட்டியது கட்டியும் போட்டது. வெகு சொற்பமே சில தினங்களில் எதிர்பாராமல் இப்படியொரு சேர்க்கை எனக்கு நடப்பது உண்டு. இது உடல்தேவையல்ல, உள்ளத்தேவை.

உயிரணுக்களை சுமக்கும் கர்ப்பப்பைக்கு பலம் சேர்க்கும் ஒரு உற்சாகப்பானத்தைப் போல தகிக்கும் வெப்பத்தை தணிக்கும் இளநீர் போல, நிர்சலனம் இல்லாத

அப்பாறை எங்கள் உறவிற்கு சாட்சியாய் ! போ போய்... கார்கிட்டே நில்லு நான் வர்றேன் என்றேன்.

என்னை பிரிய மனமின்றி எழுந்து சென்றான் அவன். சடசடவென்று மழைத்துளிகள்

அம்மா மழைம்மா என்று குதூகலித்து சாலையில் விளையாடிய நாட்கள் அந்நாட்களில் நனைந்த ஆடைகளை நான் கவனித்தது இல்லை. மனம் அத்தனை வக்கிரங்களை உணர்ந்தது இல்லை. ஏய் சனியனே இன்னும் என்ன பச்சப்புள்ளைன்னு நினைப்பா என்று மடேர் என்று தலையிலடித்து பக்கத்து வீட்டு மாமா தேங்கிய நீரில் எனக்காக வேலை மெனக்கெட்டு செய்து தந்த காகிதக்கப்பல் மூழ்கியது கூட அறியாமல் அம்மா அழைத்து வந்ததும், அதன் மேலயே சில வண்டிச்சக்கரங்கள் தங்கள் கள்ளக் கையெழுத்தை இட்டதும். தூரமாய் போன சக்கரத்தின் கால்களில் என் காகிதக் கப்பல்கள் கூழாய் இதோ சற்று நேரத்திற்கு முன்பு எத்தனையோ முறை தெரிந்தே களவு கொடுத்த... இவ்விடத்தை ஏதாவது வார்த்தைகளைப் போட்டு நிரப்பிக்கொள்ளுங்கள்

வெகுநேரம் கண்களில் மழையைத் தாண்டியும் நீர் வழிந்து கொண்டு இருந்தது. ஓட்டமும் நடையுமாய் சாரதி, அம்மா அய்யா கூப்பிடறாங்க இம்முறை அவன் கரங்களில் ஒரு குடை, கண்களில் வேறு ஏதோ ஒளி திருட்டு மாங்காய்க்கு ருசி அதிகம் அது திருப்தியா ? நீ ஆள வேண்டியதை நான் அடைந்துவிட்டேன் என்று அந்த மாமிச மலைக்கு எதிரான எக்களிப்பா என்பதை புரிந்து கொள்ள முடியவில்லை.

நனைஞ்சியா ? குழறளான குரல் மட்டுமே விரல்கள் இல்லை. இம்முறை காரின் முன்புற கண்ணாடி சாலையைப் பார்த்து திருப்பி வைக்கப்பட்டு இருந்தது. இச்சைகள் தீர்ந்த பின் எச்சிலைக்கு என்ன வசீகரம் இருக்கப்போகிறது.

கடிதம் எட்டு

பூஞ்சை மனதிற்கொரு புகழராம்

அன்புள்ள,

ஆரம்பிக்கும் இக்கடிதம் உன்னை நேசிக்கும் இதயத்திடம் இருந்து வந்திருக்கிறது. உன்னை உனக்காகவே தேடும் ஒரு உயிர் இருக்கிறதெனில் அது யார் என்று நீ அறிவாயா? நான்தான். தினப்பொழுதுகளில்?

ஒவ்வொரு நாளின் இறுதியிலும் நான் தினமும் ஒருமுறையேனும் வாசிக்கும் நான்கு கடிதங்களின் வரிகள் இவை.... என் மனதின் ரகசிய ஸ்நேகிதனுக்கு என் உடல் ஸ்நேகிதர்களின் வரவிற்கு பிறகு பிரத்தியோகமான நிமிடங்களில் செய்யும் ஆராதனை என்று கூட நீங்கள் எடுத்துக் கொள்ளலாம்.

அக்கடிதங்களை நீங்கள் ரசிக்கவேண்டாமா? சிகப்பு விளக்கின் ஒளியில் கருப்பு மசியின் காதல் கடிதங்கள் அந்தரங்களை பந்திவைப்பதுதான் எனக்கு இப்போது புதியது இல்லையே? என்னவோ ஒரு வெறி எல்லாவற்றையும் கடிதங்கள் வாயிலாக உங்களிடம் தெரிவித்து விடவேண்டும் என்று

படியுங்கள் என் மனதின் உள் வாசங்களை ?

முதல் காதலை மறந்த இதயம் எங்கேயிருக்கிறது என் முதல் காதலின் நினைவலைகள் இவை. இதயப்பாறையில் அவ்வப்போது வந்து மோதி சிலிர்ப்பூட்டும் உடைந்த இலக்கியங்களின் உளறல்கள்

உபயோகப்படாமல் ஒதுக்கி வைக்கப்பட்டு இருக்கும் இரண்டடுக்கு பரணின் மேல் பல்லை இளித்தபடி கரும்பூனையைப் போல அமர்ந்திருந்த புது விஐபி. அதனுள் கண்ணாடி உறையினைப் போர்த்தியபடி இருக்கிறது என் பொக்கிஷக் கடிதங்கள்.

அடுக்கடுக்காய் வரிசைப்படுத்திய எழுத்துகளில் ஆங்காங்கே என் கண்ணீர்துளிகள் கீறி சிறு காயத்தினை ஏற்படுத்தியிருக்கும் நைந்து போயிருக்கும் அக்காகிதத்தின் நினைவில் அழுது வடிந்த விளக்கினை மீண்டும் ஒளிரவிட்டு ஒரு பக்கம் சாய்ந்த நாற்காலியின் மேல் கால்பதித்து அப்பெட்டியை எடுக்கிறேன்.

கையில் கிடைத்த காகிதத்தின் அழுத்தம் மனதில் அமர்ந்து கொண்டது ஏன் திடுமென்று இந்நினைவு என்று உங்களுக்கு கேட்கத் தோன்றுகிறதா ?! இன்று வந்த ஒரு

வாடிக்கையின் வேட்கைக்கு பிறகு அவனைப் பற்றி சிற்சிறு தகவல்களில் எனக்கு கசிந்தது இந்நினைவுகள்.

பலநேரங்களில் இந்த அறைக்குள் அடைபட்டு இருக்கும் ஒரு இழுப்பறையோடு கூடிய மேஜையும், அதனுள் ஒளிந்திருக்கும் உறைகளும், பிறர்தாகம் தீர்க்கும் என் நாவின் தாகம் தீர்க்கும் நீர்குவளையும் நான் தினமும் தரிசிக்கும் தூதுவர்கள்.

மணிக்கொரு தரம் கலையும் படுக்கைவிரிப்புகளைக் கூட எதிர்பாராத தனிமையில் என்னிடம் நட்புக்கரம் நீட்டிவிரியும். பத்துக்குபத்து அறைக்குள் என் வாழ்வின் அத்தனை நினைவுகளும் பட்டியலிடப்பட்டு பிறர் அறியா அலமாரிக்குள் ஒளித்து வைக்கப்பட்டு இருக்கிறது.

கொத்தித்திரியும் கோழியின் அலகிற்கு முன் வாரியிறைத்த தானியங்களைப் போல எனக்குள் பல நினைவுகளை வாரியிறைத்து போயிருந்தான் சற்று முன் படுக்கைவிரிப்பினை கசங்க வைத்தவன். ஆளுயர கிராதியானவனின் விழிகள் சட்டென வேர்த்துப்போனது. கையோடு கொண்டு வந்திருந்த பையின் ஜிப்பை கழற்றியவனின் கத்தைகத்தையாய் காகிதங்களை சொருகியிருந்த டைரியை எடுத்தான்.

இறந்து போன தன் காதலியை என்னிடம் தேடியதில் பலன் கிட்டியதோ என்னமோ இன்னமும் நேரங்களை நீட்டி தன்னைப் பற்றிய சிறுகுறிப்பினை நான் கேள்வியெழுப்பாமலேயே வரைந்தான்.

அச்சரம் பிசகாமல் எல்லா காதலர்களைப் போலவும் அவர்களும் கடற்கரைப் படகின் மறைவிலும், திரையரங்கத்தின் அரையிருளிலும் சில நேரம் இதழணைப்பிலும் வளர்ந்த அக்காதலின் ஆயுசு தீர்ந்து போனது புதைமணலில் கால் பதித்த விலங்கின் நிலையில் அவன் சதைப்பிண்டத்தை தேடி வந்துவிட்டான். இதுவும் புதை நிலை என்பதை அறியாமலேயே ?!

அவன் விட்டுப்போன மிச்சங்கள் என் நினைவுகள் சுண்டியிழுக்க, இதோ கண்முன்னால் விரிகிறது என் பால்ய பருவத்து கவிதை வரிகள் நான் பதின்ம வயதில் என் மனக்கிலேசங்களுக்கு வழிவகுத்த அவனுக்காக உருகி உருகி நானெழுதிய கடிதங்களின் ஒற்றைத் தொகுப்பு.

வெகு கவனமாக என் உடைமைகளையும் உடலையும் கபளீகரம் செய்தவன் இந்த காகிதங்களை விட்டுவிட்டான். அந்த முதல்

சந்திப்பின் தாக்கம் நான்கைந்து கடிதங்களாய் உங்களின் முன்னால் விரியப்போகிறது.

கடிதம் ஒன்பது

நலம் நலமறிய ஆவல்

உன் மனதை ஆயிரம் மூடிகள் போட்டு நீ மறைத்தாலும், விழிகள் உண்மையைக் காட்டிக் கொடுத்து விடுகிறதே! இமைக்க மறந்த தருணங்கள்! புரிபடாத பார்வைகள் பல நேரம்! காரணம் புரியாமல் தவிக்கிறேன்!

நீ வருவாய் என- என் நினைவை நிஜமாக்கிட நீயும் வந்தாய். உள்ளுக்குள் இன்பஊற்று. மெல்லிய பரவசம், தவிப்பாய் உணர்ந்தேன் தருணங்களை. நீயும் பார்வையை வீசினாய், பேசினாய், உள்ளுக்குள் எழுந்துவிட்ட புன்னகையை அடக்கச் சிரமப்பட்டு தலையை அசைத்தேன். நீ போனபின், அதை எண்ணியெண்ணிச் சிரித்தேன். இந்த மாலை வேளையில் உனைக் காணாமல் தவித்தேன். ஒரே விநாடியில் நீ வந்தாய். பசித்திருந்த கண்களுக்கு விருந்தாய்!

வீசிவிட்டுப் போகும் புன்னகையில் ஆயிரம் அர்த்தங்கள் பொதிந்திருக்கிறதே! மறக்கமுயன்று தோற்றுப்போனதே என்

இதயம். முதுகிற்குப் பின்னால் துளைத்தெடுத்த பார்வையில் வாசலில் நின்று வாடிய முகம்தனில் உன் வருகையின் காரணங்கள்... வந்தாய், அழைத்தாய் அதிகாரபூர்வமாய் மெல்லிய உரசல்... ஒரு விநாடி எனினும் மனதினுள் ஆயிரம் நேசத்தை விதைத்தது. உன் விழிகள் என்னிடம் ஏதோ சொல்லுகிறது. அது என்ன உணர்வு? இரவுகளின் தொடக்கத்தில் தனிமையின் பிடிப்பில், போர்வையாய் உன் நினைவுகள்!

என் ஆறறிவிற்குள் நீ அடங்க மறுக்கிறாய்! உனைப் புரிந்துகொள்ள இயலாமல் தவிக்கிறேன் நான்...விரும்பினாய் விழிப்பார்வையால்! விலகிடவே நினைத்தேன் முடியவில்லை, மாட்டிக்கொண்டேன் உன்னில்! பார்வையால் நனைத்தாய்! வார்த்தையால் துவட்டினாய்! பிறகு திடீரென்று உன் மௌனம், பாராமுகம்! ஏன்?

மௌனமான பார்வை, மனதைக் கவரும் சிரிப்பு, தாலாட்டாய் உன் மென்குரல், மறைந்திருந்து பார்த்தாய், எதிர்பாராமல் விழிகளுக்கு முன் வந்து திகைக்க வைத்தாய். பின் பேச மறுத்தாய்? எனைக் கண்டாலே ஒதுக்கினாய், தவித்தேன், துடித்தேன்.

நீ முகம் திருப்பும் நேரமெல்லாம் இறந்துப் பிறந்தேன். தவிப்போடு உனைக் கடந்து போகும் நேரங்களில் வலுக்கட்டாயமாய் என் புறம் திரும்பாமல் இருப்பாய். இருளைப் போர்த்திக் கொண்டு ஒளியில் மறைந்தாய்! ஆனால், மறுபடியும் திடீரென்று உன்னிடம் மாற்றம். இதற்கென்ன காரணம், முன்பைவிடவும் கூர்மையாய் நேராய் எனை நோக்குகிறாய். இமைகளை வருடும் உன் பார்வையைச் சந்திக்கும் நேரம் புன்னகையைக் கூட மறந்து விடுகிறேன் நான்! விரல்களை உரசுகிறாய், ஒருமுறையெனின் பதட்டம் என்று எடுத்துக்கொள்வேன். ஆனால், பலமுறை விரல்களை வருடும் அந்த மென்மையான வருடலில் உடல் சிலிர்க்கிறது.

நீ பேசாதிருந்ததைவிட இப்போதே இன்ப அவஸ்தையாய்! எங்கிருக்கிறாய்? நான் தவிக்கிறேன் உனைப் புரிந்துகொள்ள முடியாதபடி! ஏன் எனக்கிந்த அவஸ்தை? நான் உன் தோற்றத்தில் மயங்கவில்லை, ஏதோவொரு உணர்வு, உனைக் காணும் நேரம் இமையென்னும் மாளிகைக்குள் புகுந்து விழிப்படுக்கையில் வீழ்த்திவிடுகிறாய்! உன் மாற்றம் திகைக்க வைக்கிறது, தேனில் ஊறிய

பலாச்சுளையாய் இனிக்கிறது.
போதையேறிய பார்வையில் பூக்கிறேன்
தினமும்!

கடிதம் பத்து

மௌனப்போராட்டம் நம்மிடையே!

உன் வருகைக்காய் என் வாசல் ஏங்குகிறது... பனிமலராய் நான்! பார்வையால் நனைத்தாய், அழைத்தேன். வந்ததும் ஆசைதீர விழிகளாலே பருகினாய்! மௌனத்திற்குத்தான் எத்தனை சக்தி! உதடுகளைப் பிரிக்காமல் உன் கண்களின் மொழி! தயக்கம் ஏன்? உன் சொற்களைக் கேட்கவே நான் காத்திருக்கிறேன் இதழ்களின் பூட்டை விலக்கலாமே! பரிசென நான் அளித்ததை வாங்காமல் எனையே பார்த்ததேன்? பேசத் துடித்த உதடுகள், தாகம் நிறைந்த கண்கள், ஏக்கம் வழிந்த உன் பார்வை- இவையெல்லாம் சந்தித்த பிறகு என் சிந்தனையே மறந்து போனதேன்?

நீ விழிகளால் உறவாடியது சில மணித்துளிகள்தான். ஆனால், பல்லாயிரம் தருணங்களில் அதை நினைக்க வைத்துவிட்டாயே! எங்கு திரும்பினாலும் நீயே இருப்பதாய் ஒரு நினைவு... உறங்கிட முயன்றால் இமைகளுக்கு நடுவில் வந்து நிற்கிறாய்! ஏக்கம் பொழிந்த பார்வை,

தயங்கிய நடை, ஏனிது? நான் உன்னவள் இல்லையா? நான் கேட்டு ரசித்த அனைத்து வரிகளும் உனைப் பார்த்ததும் மெய்யாய்ப் போனதாய் உணர்வு! உனைக் கடந்து போகும் போதெல்லாம் ஏதாவது பேசவேண்டும் என்று மனம் ஏங்கும். ஆனால், விழிகளில் நுழைந்து இதயத்தைத் துளைக்கும் அந்தப் பார்வையில் சகலமும் மறந்துவிடும்.

விநாடிகளைக்கூட கடக்கச் சிரமப்படுகிறேன். என் ரசனைகள் அனைத்தும் உன்னில் காண்கிறேன். என் விரல்களை அணைத்த உன் விரல்கள் உறவாடியபோது மென்மையாய், பூப்போல என் விரல்களைத் தொட்டு உன் உதடுகளுக்கு அருகில் நீ எடுத்துச்செல்ல, இதென்ன உணர்வு, உன் தொடுதலில் இத்தனை இதமா? உனைச் சந்திக்க இயலாமல் தரை தாழ்ந்தன விழிகள். மொத்த சக்தியும் வடிந்து போனாற்போல் தளர்ந்தது உடல். வெட்கம் நெட்டித்தள்ள மனமின்றி பிரித்தேன் என் விரல்களை உன்னிடமிருந்து!

ஏக்கமாய் வேண்டுமென்பதைப்போல் உன் விரல் நீண்டுவர, போதுமென்ற என் கெஞ்சலில் பிரிந்தாய், மனமின்றி திரும்பித் திரும்பிப் பார்த்தபடியே! நாட்கள் சில

ஆனாலும், நினைவுகள் மட்டும் நெஞ்சில் பசுமையாய்! என்னையும் அறியாமல் நான் உன்னில் விழுந்துவிட்டேன். உன் அணைப்பிற்கும், அண்மைக்கும், முத்தத்திற்கும் ஏங்குகிறது என் மனம்! நீ மறுபடியும் எனை விட்டுப் பிரிந்துவிடுவாயோ என்று தவிக்கிறது இதயம்!

ஒரே நினைவுத் தூறலில் நனைகிறோம் நாம், ரசனைகள் மட்டுமல்ல ரகசியங்களும் ஒத்திருக்கின்றன - உனக்கும் எனக்கும்! உன் வருகையை எதிர்பார்த்தேன் அதிகாலையிலேயே! ஏனோ நெஞ்சிற்குள் இனம்புரியா குறுகுறுப்பு. வருகிறேன் என்று நீ உறுதியளிக்கும் வரையில் படபடத்த இதயம் தலையசைப்பில் பட்டுச் சிறகை விரித்துக்கொண்டது. வரப்போகும் அந்தச் சில மணித்துளிகளுக்காகவே காத்திருக்கிறேன், கடக்கிறேன் நிமிடங்களை!

வந்தாய் விழிக்கூண்டிற்குள் எனைச் சிறைப்பிடித்து விட்டாய்... பதைபதைக்க பார்வை வலை விரித்தாய் விழுந்துவிட்டேன் அதில். இருளும் ஒளியும் இணைந்திருந்த நேரம் வானவீதியில் வெண்பளிங்கு மேகத்தில் நீயும் நானும் சஞ்சரிக்கிறோம்! உனை நேரில்

காணாநேரம் ஆயிரம் வார்த்தைகளை உச்சரிக்கும் இந்த உதடுகள் நீ அருகில் இருக்கும்நேரம் அரைவார்த்தை பேசக்கூடத் தயங்குகிறது. எதையோ கேட்க எண்ணி அருகில் வந்தேன். விநாடிக்கும் குறைவான நேரத்தில் என் கரங்களைப் பற்றினாய். உடலெங்கும் மின்சாரம் பாய்ந்தது போலொரு உணர்வு. இடை பற்றி இழுத்தணைத்து நெஞ்சின் சூடுரைத்த நேரம்... என் இதழ்களை நோக்கி நீ குனிய, பதறிப்போய் நான் விலக, விரல்களால் உடலில் ஏதோ தேடினாய்! உன் துணிவு கண்டு எனக்குள் வியப்பு! விலகி நின்றேன். தலைசாய்த்துப் பார்த்து கரம் நீட்டினாய். உன்னிடம் போகத்துடித்த நீட்டிய கரங்களைப் பற்றத் துடித்த என் இரு கைகளையும் கட்டிக்கொண்டேன்.

சிறு மௌனப்போராட்டம் நம்மிடையே!

கடிதம் பதினொன்று

மீண்டும் மகிழ்ச்சிப்பூக்கள்,

உன் அணைப்பிலும் தொடுதலிலும் அத்தனை மென்மை. மேகம் தொடுவது போல், குழந்தையை வலிக்காமல் பற்றுவது போல், கனவுலகத்தில் இருப்பது போல் பிரமையெனக்கு.

ஏதோவொரு மயக்கம் எனை ஆட்கொண்டுவிட்டது. மறந்தேன் சகலமும். இந்த அணைப்பிற்காகவே ஏங்கியது மனம். அகப்பட்டுவிட்டேன் அதில்! நான் நினைத்தது நிகழ்ந்தேவிட்டது. உன் இனிய முத்தம் வேகமாய் வந்தடைந்த இதழ்களால், என் இதழ்களை நனைத்துவிட்டுப் பிரிந்தது. அப்பிரிவு தாளாமல் மீண்டும் இணைந்தாய்! மனதினுள் மீண்டும் மகிழ்ச்சிப்பூக்கள்.

வெட்கம் தாளாமல் உனைத் தள்ளிவிட்டு விலகினேன். நான் நேசித்த விழிகள் கொஞ்சின. வா....என்னும் ஒற்றைச்சொல் காற்றாய் மிதந்து போதையோடு வர, மறுப்பெனத் தலையசைத்தாலும், என் கால்கள் தன்னிச்சையாய் நகர்ந்தன

உன்னிடம். மீண்டும் உன் அணைப்பில் கட்டுண்டேன். இதழ்களால் இதயத்தைக் குடித்தாய்! எனை வெட்கம் பிடுங்கித்தின்றது. உன் பின்னால் நின்றுகொள்ள... அந்த நெடிய கரங்கள் நீண்டு பின்புறமாய் அணைத்துக்கொண்டன. சென்று பின் திரும்பிவந்தாய். மீண்டும் இடையைப் பற்றி அணைத்துக்கொண்டாய். இது பிரிவை உணர்த்திய அணைப்பு. உன் உதடுகள், முகத்திலும் தோள்களிலும் கழுத்திலும் ஒரு முழு நிமிட அணைப்பிற்குப் பின் எனை விட்டுப் பிரிந்தாய். சென்று மறைந்தாய்!

உன் விழிகளின் அணைப்பில் மிதந்தவளை விரல்களின் அணைப்பில் மூழ்கிடச் செய்தாய்! இனி எழுவது கடினம். நான் உன்னில் முழுமையாய் விழுந்துவிட்டேன். உன் ஒரு நொடி பிரிவினையைக்கூட ஏற்க முடியாது. அன்பே என் கனவிலும் உன் முகம் தேடுவேன். உனது காதலில் விழுந்துவிட்டேன்! வாழ்வின் ஒவ்வொரு வாசலும் இன்பத்தைத் தருவதில்லை. கடந்துவந்த பாதையின் கசப்பான நினைவுகளை மறக்கத்தான் முயல்கிறேன். விரக்தியும் வேதனையும் மனதைப்போட்டு வதைக்கின்றன.

கண்ணீரின் சுவடுகள் கன்னப்பாதையில்! கவலையின் சுவடுகள் இதயப்பாதையில்! நாட்கள் நகர்ந்தாலும் நினைவின் ஓரம் நெஞ்சைப் பிழிவதைப்போல் என் மனமெங்கும் இன்பத்தினை விதைக்கத்தான் உனை நினைத்தேன். வெற்றுப்பக்கமாய் இருந்த மனம் ஒரு முழு நீள ஓவியமாய் உன் முகத்தை நிறைத்திருந்தது.

மனதை அழுத்திய சுமைகள் உனைக் கண்டதும் சற்றே மறைந்தது. நான் உனைக் காணத் துடிக்கிறேன். நீ ஒரு புரியாத ஓவியம். நேசிப்பினை விழிகள் சொல்கிறது. வார்த்தைகள் வெறுப்பினைக் கொட்டுகிறது. தவிப்பாய் காத்திருக்கிறாய். அருகில் வந்ததும் அனலாய்த் திரும்புகிறாய். உன் மனதில் எழும் எண்ணங்களை என்னால் உணரவே முடியவில்லை. ஆசையாய் காதலாய் வருடிய விழிகளே, உனக்கு என்ன ஆனது? இனிய கற்பனையை இதயத்திற்குள் விதைத்தவனே, மீண்டும் உன் கதவடைப்பினைத் தாங்கும் சக்தி இல்லை என்னிடம்! எத்தனை முத்தங்கள் உயிர்ப்பூட்டைத் திறந்து என்னை முழுவதுமாய் எடுத்துக்கொள்ள நீ தந்த பரிசுகள்.

உன் நினைவின் தாக்கம், நிலவிலும், வானிலும், மின்னும் ஒளியாய், நீ என்னால் பிரகாசிக்கிறாய். உன் நினைவுப் புள்ளிகளை ஒன்றாய் இட்டு என் எண்ணங்களால் அதை ஒன்று சேர்க்கத் தோன்றியது உன் அழகிய உருவம்! இருள் படர்ந்த வானில் ஆங்காங்கே வெண்திட்டுக்களாய் மேகங்கள்! அலையலையாய் பொங்கும் உன் நினைவுகளே உருவமெடுத்தாற்போல் ஓர் எண்ணம்! மணப்பெண்ணாய் புத்தொளி வீசி பூர்ணமாய் ஆடையில்லா அழகிய நிலவு!

அதில் நீயும் நானும்... உலகை மறந்து, உணர்வுகளைத் துறந்து நம் இருவர் கைகளும் ஒன்றோடு ஒன்று கட்டுண்டு இருக்கிறது. எண்ணப் படிக்கட்டுகள் மெல்ல மெல்ல விரிந்து, இதய மாளிகைக்குள் எனை அழைக்கிறாய். சில்லென்ற ஊதக்காற்று உன் வாசம் மூலமாய் நீ வந்துவிட்டுப் போனதை உணர்த்திட, பூஞ்சாரலாய் மழைத்தூறலில் நனைகிறேன் நான்! எங்கே நீ, விநாடிகளாய் விரயமாகும் தருணங்களைத் தரப்போகிறாய் என்பதை அறிவிக்கத்தான் இதமான உன் அணைப்பைத் தந்தாயா? உடைந்த இதயம் உன்னைத் தொலைத்துவிட்டேன் என்று

இரத்த அழுகையில் கண்ணீர் பொழிவது உணர முடியவில்லையா?

கடிதம் பன்னிரண்டு

மடல் எழுதிய விரல்களில்

ஒவ்வொரு விடியலிலும் உனைக்கண்டேன் என் கனவில்! ஒவ்வொரு இரவும் மூடிய விழிகளுக்குள் உருவமாய் நீ வருவாய் என் நினைவில்! என்ன என் இதயம் தங்கமாய் ஜொலிக்கிறது. நீ அதில் இருப்பதனாலா? நீ காதலை உணர்த்தினாய் உன் விழிகளில்! ஆசையை உணர்த்தினாய் வருடலில்! அன்பை உணர்த்தினாய் உன் அணைப்பில்!

ஊமையாய் அழுகின்றன விழிகள். சிந்திக்க மனமற்று மறதியை மகிழ்வாய் ஏற்றுக்கொள்கிறது மூளை. உன் நினைவென்னும் போர்வையில், உறங்கிக் கிடக்கவே இதயம் ஏங்குகிறது. பாறையாய் இருகிக் கிடந்த இதயத்தை இளக்கினாய், உன் உதடு விரிக்காத புன்னகையால்! குடையாய் வளைந்திருக்கும் இமைக்குள் மழையாய் உன் நினைவலைகள். எண்ணற்ற எண்ணக் கடலுக்குள் கப்பலாய் நங்கூரமிட்டாய். ஒவ்வொரு நொடியையும் உனை எண்ணியே கழிக்க வைத்தாய்.

காயங்களில் கதறிய இதயத்தை வார்த்தைகளின் சூட்டினால்

ஆறுதல்படுத்தினாய். இன்று நீயே காயப்படுத்தலாமா? எத்தனை எண்ணங்களைப் பரிமாறிக்கொண்டோம். உன் விழிகள் எனைத் தொட்டுப் போகும்போதெல்லாம் எழுப்பிச்சென்ற கேள்விகளுக்கு விடை தெரிவிக்கவே இந்த மௌனமா? உனை மறக்கத்தான் முயல்கிறேன்... ஆனால், முன்பைவிடவும் அதிகமாய் நெஞ்சுக்கூட்டிற்குள் ஒட்டிக்கொள்கிறாய். ஏன் இந்த மாற்றம்? உன்னில் மேலும் நினைவுகள் தொடரும்...

கவிதை எழுதி அதை உறையில் இட்டு நிலா வரும் வரையில் காத்திருந்தான் கதிரவன்

நிலாவும் வர துடித்துக் கொண்டு இருந்தது,

இரவு பகலாகி என் நினைவு நெருப்பாகி சுட்டெரிக்க நீ எங்கே என் வானம் முழுவதிலும் தேடுகிறேன், அங்கே தொலைவில் காதலன் சூரியன் என் கருப்பு போர்வை தனை நீக்கி வான வீதியில் மேகத் தோட்டத்தில் என் பிறை நெற்றியில் ஒற்றை விரல் கொண்டு நட்சத்திர திலகமிடும் என் மணவாளன் .

அவனின் ஒற்றை உரசலை கேட்கிறேன். தீயை போலே எரியும் அவன் பகலை குளிராய் மாற்றிட அவனின் இரவுக்

காதலி நிலா வருகிறாள் என்று சொல்லுகிறீர்களா?

அன்னத்தை தூது விட நேரம் இல்லை, மடல் எழுதிட விரல்களில் சக்தி இல்லை. என் மன குமுறல்களை எல்லாம் நட்சத்திரமாய் கொட்டி வைத்தேன் என்னை காண வரும் சூரிய காதலனின் வருகைக்காக காத்திருந்து சூனியமான என் இரவு தனை வெளிச்சமாக வா வா வா...

கடிதம் பதின்மூன்று

ஆசைகள் அளவிட முடியாதது

அத்தனைக்கும் ஆசைப்படு என்கிறார் ஒருவர் ஆசையே துன்பத்திற்கு அறிகுறி என்கிறார் மற்றொருவர். விதிகளே இங்கே விகிதங்களின் அடிப்படையில் சேர்கிறது. பிறப்பின் ஜீவாலையில் அடிச்சுகத்திற்கு மட்டும் இன்றி உப்பிய வயிறு வற்றி உதிரத்தில் நிலம் சூழ நானும் இவ்வுலகத்தின் வசம் ! பெரும் மனபாரத்தோடு உடல் பாரத்தையும் இறக்கிவிட்டேன் என்று தோள்தட்டிக் கொண்டாள் என் அன்னை. அவளறிந்திருக்க மாட்டாள். அனுதினமும் நான் பாரம் சுமக்கும் சுமப்பானையாகப் போகிறேன் என்று.

சின்னஞ்சிறு விரல்களும், திராட்சைக் கண்களும் என சுண்டினால் ரத்தம் கொப்பளிக்கும் நிறம் என்று சொல்லுவாள் என்னைக் கொஞ்சும் போது பொட்டையாய்ப் பெத்துட்டு என்ன வக்கணை வேண்டிக்கிடக்கு என்று தட்டுச் சோறுக்கும் கூன் சுமந்த மாமியார் கிழவியிடம் வசவு வாங்கியிருக்கிறாளாம் என்னால் ?!

தேடித் தேடி சீமையிலிருந்தே கட்டிக்கிட்டு வந்தான் இந்த சிறுக்கிய வம்சம் விளக்க ஒத்த புள்ளையப் பெக்கக் காணோம் இவ வயிறு. பெண் பிண்டத்தை பெத்து வாழ வழியில்லாம செய்திட்டாளே என்று தண்டட்டி அசைய பொக்கை வாயினால் வசவிப்பாளாம் அவள். பெண்ணா பெத்து வைச்சிருக்கே என்று ஏளனப்பார்வைகளை சுமக்கும் காலம்.

அதான் பட்டணத்திலே ஒரு பொட்டி இருக்குதாமே அதுவே மூணாம் மாசமே என்ன பிள்ளையாண்டு இருக்கான்னு தெரிஞ்சிடுமாம். காய்ஞ்ச கேப்பையிலே நெய்யா வடியும். பொட்டப்பிள்ளைன்னு மூடி மறைச்சிட்டானே இந்தத் துக்கிரி. பிரவித்த களைப்பில் பஞ்சடைந்த கண்களோடு தனத்தின் வழிந்த பாலை சுவைக்கும் பிள்ளையின் முகம் பார்த்தும், கட்டியவனின் முகம் பார்த்தும் அம்மா ஏங்கியிருக்கிறாள்.

விடு புள்ளே என்னயிப்போ திட்டினாலும் கொட்டினாலும் உனக்கான சவரட்டணையில் எங்காத்தா குறை வைக்கலையே என்று சமாதானப் புறாவான கணவனின் பேச்சு. களத்துமேட்டில் கதிரருக்கும் அந்த

கனத்தக் குரலின் முன்னால் கூட அடங்கவில்லை அக்கிழவி. வடித்துக் கொட்டி கெக்கலிட்டு பிள்ளைக்கு மேலுக்கு ஊத்தி உரியில் போட்டபோதும் வாய் மட்டும் எதையாவது முனகிக்கொண்டே இருக்குமாம்.

ஏண்டி மருமவளே வம்சம் விளங்க வேண்டாமா இன்னொரு புள்ளை பெத்தா என்ன என்ற கேள்விக்கு இன்னம் ஒரு சுமைதாங்க பையில் வலு இல்லை என்று வெட்டியெடுத்ததை எப்படிச் சொல்லுவாள் அம்மா. அவளின் புலம்பலுக்கு வடிகாலாய் நான். விவரம் புரிந்தோ புரியாமலோ மடியில் கிடத்தி என்னிடம் தன் மனத்தாங்கலாய் கொட்டுவாளாம். அவளுக்காவது நான் இருந்தேன் எனக்கு!

வருடங்கள் கடந்து மரித்த கிழவியின் சடலத்தை நெடுஞ்சாண்கிடையாய் கிடத்தியிருந்த போது கூட மூடிய கண்களும் துணிக்கந்தை பொற்றிய வாயும் தன்னைத் திட்டியதைப் போலவே உணர்ந்தாள். சடங்கும் சம்பிரதாயமும் முடிந்த கையோடு சீருடை நிறைய திரண்ட குறியோடு நான் வாயிற்படியில் !

பெத்தவ செத்து இன்னமும் வருஷம் ஒன்று முடியலை அதுக்குள்ளே எப்படிபுள்ளே

விசேஷம் வச்சிக்க முடியும் பேசாம தலைக்கு தண்ணிய ஊத்தி மூலையிலே உட்கார வை, வருஷம் முடியட்டும் பார்த்துக்கலாம். அக்கம் பக்கம் கட்டுக்கழுத்திகளின் கரங்களில் சல்லடையில் குளிர்ந்த நீரால் அபிஷேகம். பட்டும் பனாரஸூம் இல்லையெனின் சீட்டித்துணி பாவாடையும் அம்மாவின் பளீர் புடவையில் ஒன்று அவசர தாவணியாய் மார்பைச் சுற்றிக் கொண்டது.

மையெழுதி பொட்டிட்டு தினுசுதினுசாய் சுவைத்த அந்நாட்களுக்கு தெரிந்திருக்குமா? நான் எப்படி பயணிக்கப் போகிறேன் என்று !

பெண்டு பிள்ளைகளோடு விளையடத் தடை விதித்து பெண்ணு பெரிய மனுஷியாயிட்டா இனிமே படிப்பென்ன வேண்டிக்கிடக்கு ஜாதகக்கட்டை கையிலே எடு என்று ஊர்பெண்களின் அனர்த்தலுக்கு கட்டங்கள் கட்டி எதிர்காலக் கணிப்பிற்குள் நான் நிற்கவைக்கப்பட்டேன்.

தாயக்கட்டைக்குள் வெட்டுப்பட காத்திருக்கும் காயின் நிலை எனக்கு அதெல்லாம் பொண்ணுக்கு கலியாணமாகும் போற இடத்திலே

சுகத்துக்கு பஞ்சமிருக்காது. பணமும் பசையாய்த்தான் இருக்கும் என்றான் காவிப் பற்கள் தெரிய.

கடிதம் பதினான்கு

உள்ளங்கள் ஒன்றாகி துள்ளும் போதிலே

நானும் நாட்குறிப்பேடும் ஒன்றுதான் தினமும் புதிய வாசகங்களை சுமந்து நிகழ்வுகளை கணிக்க முடியாத ஒரு வெற்று தாள்களைப் போல இருக்கிறோம். ஒற்றை குறிப்புகளுக்களின் ஓராயிரம் அர்த்தங்கள் பொதிந்த புதையல் பெட்டியாய் இழந்து போன இதயத்தை தேடி எங்கே சொர்க்கம் என்று அலையும் நடைபாதை பாதசாரியாய் நான்! எதிர்பார்பின் ஏமாற்றங்களின் வலியை நான் அனுபவித்ததை முதல் சில கடிதங்களில் பகிர்ந்திருந்தேன். இதுதான் என் வாழ்வு என்று நீங்கள் முத்திரை குற்றிட வேண்டாம். எனக்கும் சிறகடித்து பறந்த தினங்கள் இருந்திருக்கிறது.

சாலையில் உயர்த்திக் கட்டிய பாவாடையும், வெள்ளை சாக்குக்கட்டிகள் கிழித்த கட்டிடத்திற்குள் பாண்டியாடிய அனுபவமும் பல்லாங்குழியில் புளியங்கொட்டையினை நிரப்பிய நிமிடங்களும் ஐம்பது பைசாவிற்கு மிதக்கும் எச்சிலுக்குள் சுமந்த சுவையும் இப்போதும் மணக்கிறது. இளம் வயதின்

இனிமைகள் அனைத்தும் விதைகளாய் விழுங்கப்பட்டு இப்போது விருட்சமாய் எழுகிறது எனக்காக என் உதடுகள் உச்சுக்கொட்டுகிறது. துருப்பிடித்த இரும்பு கிராதிக்குப் பின்னால் காத்துகிடக்கிறது அவ்வுணர்வுகள்.

பக்கத்து வீட்டு வள்ளியக்காவிற்கு திருமணம். இரண்டுமூன்று வயதுதான் என்னைவிட பெரியவளவள். அவள் கனத்திற்கு இணையாய் கையகல பார்டர் புடவையைச் சுமந்திருந்தாள். தலைகொள்ளா பூப்பந்தல் இருள் சூழ்ந்திருந்த அக்கிராமத்தின் எரிவிளக்குள் அனைத்தும் உயிர்ப்பெற்று இருந்தன. இந்த வெளிச்சத்திற்காகவே தினமும் ஒரு கல்யாணம் பண்ணிக்கொள்ளமாட்டாளா இந்த வள்ளியக்கா என்று தோன்றியது எனக்கு !

கோழிக்குஞ்சாய் நின்றிருந்த அவளுக்குப் பக்கத்தில் பருத்த பருந்தாய் பார்வையாலேயே விழுங்கியபடி கிராமக்கோவிலின் அய்யனாரின் நிறம் ஒத்தவன். வள்ளியக்காவை தூக்கி இடுப்பில் வைத்துக்கொள்வான் போலும், சீக்கிரமா தூங்குறீயா இல்லை சாத்தான் கிட்டே பிடிச்சிக்கொடுக்கவா என்று இரவு நேரங்களில் என்னை அதட்டி உருட்டும்

அம்மாவின் குரல் ஏனோ நினைவுக்கு வந்தது அவனைப் பார்த்ததும்.

அம்மா சைத்தான் எப்படியம்மா இருப்பான். கருப்பா....பனைஉயரமா கைகாலெல்லாம் தடிதடியா கண்ணு புல்லா சிவப்பா உன்னை விழுங்கத் தயாரா இருப்பான். வள்ளயக்காளின் கரம்பற்றி அந்த அய்யனார் இல்லையில்லை சைத்தான் மாப்பிள்ளை சுற்றிவர சட்டென்று வள்ளியக்காவை வாயில் போட்டு முழுங்கியதைப் போன்றதொரு உணர்வு தந்த பயத்தில் ஓட்டம் பிடித்தேன் நான்.
சாத்தப்பட்ட கதவுகள் திறக்கப்பட்ட 12 வயதின் தொடக்கத்தில் வள்ளியக்காவின் திடீர் பூரிப்பிற்கு எனக்கு விளக்கம் தெரியவில்லை. யாரிடம் கேட்கலாம் தெருமுனை பெட்டிக்கடை ராஜூ அண்ணாவின் முன் நிற்கிறேன் நான். அவன்தானே என் உடல் மாற்றத்தை முதலில் அறிந்தவன்.

என்னன்னா இது ?

இது ஆரஞ்சுமிட்டாய் பளபளவென்று ஆரஞ்சு வண்ணத்தில் மினுமினுத்த அந்த இனிப்பின் சுவையை அறிய மனம் பதைத்த அந்த தருணங்களின் அவனின்

மடியில் அமர்ந்து கொண்டு நான்கைந்து மிட்டாய்களை ருசித்திருந்த தருணம் ஆராய்ச்சியாய் விரல்கள் என்னண்ணா பண்றே ?

இல்லைடா உன் உடம்பில் இரண்டு கட்டியிருக்கு அம்மாகிட்டே சொல்லிடாதே பயந்து போயிருவா நானெதுக்கு இருக்கேன் சீக்கிரம் சரி செய்திடறேன். நீ மிட்டாய் சாப்பிடு.

அச்சோ வலிக்குதே அண்ணா...

அப்படித்தான் வலிக்கும் வலியை மறக்கத்தானே இந்த மிட்டாய் இந்தா இன்னும் ஒன்னு என்று வாய்க்குத் திணித்துவிட்டு இந்தக் கட்டியை மாமாவே சின்னதாக்கிவிட்டுவேன் என்று ஆறுவயதில் அத்துமீறியதை அண்ணன் திடுமென்று மாமாவாகியதை அறிந்திருக்கும் பருவம் அப்போது இல்லையே ?

அறிந்த போது எல்லாம் காற்றில் கலந்த மென்துகள்களாய் மாறியிருந்தது

கடிதம் பதினாறு

மிட்டாய்கள் பிசுபிசுக்கும்,

நானும் ஒரு காலத்தில் இப்படித்தான் வெ ளிச்சத்தைக் கூட கண்டு பயந்து அன்னையின் முந்தானைக்குள் என் பாதுகாப்பைத் தேடிக்கொண்டு இருந்தேன். காதலின் துவக்கங்கள் தான் எத்தனை? அரை விநாடியில் நெஞ்சம் அள்ளிக்கொண்டு போகும் ஒவ்வொருவரின் காதலும் காவியமாவதில்லை, என்னுடைய காதல்கள் என் மன வடுக்களாய் எனக்குள் ளேயே புதைந்து கிடக்கிற, இது ஒன்றும் சுயசரி தை இல்லை.

என் சுய புராணத்தை கூறும் அளவிற்கு நான் ஒன்றும் புண்ணிய ஆத்மா இல்லை, காலத் தின் கண்களுக்குநான் ஒரு சராசரிப்பெண் . ஆனால் இளமைக்கு! அதனை வஞ்சனை யில்லாமல் வெளிப்படுத்திய என் அழகிற்கு நான் சராசரிப் பெண்ணாய் தெரியவில்லை.
பிரம்மன் ஒட்டுமொத்த திறமையையும் எ ன் உடலிற்கு குத்தகைக்கு விட்டுஇருந்தான்

போலும்.

என்னைப் பார்த்த கண்கள் எல்லாமே என்னிடம் எதையோ.
யாசித்தன. அந்த யாசிப்புகளை எல்லாம் நான் தீர்த்தேன் எப்படி? என்பதை இனி வரும் வார்த்தைகள்
கூறும். எல்லாருடைய மனதிலும் வக்கிரங்கள் உண்டு. அதற்கு வடிகால்களை அவர்களே தேடிக்ககொள்கிறார்கள்.

6 வயதில் அரைப்பாவடையும், கையில்லா சட்டையும் அணிந்து தெருவில் விளையாடிய போது இதே கண்கள் எல்லாம் என்னை எப்படிப் பார்த்தன.

ஒன்றும் அறியா சிறுமியாகவா, இல்லை குழந்தையாகவா?
வெளியுலகம்மட்டுமா பெண்ணை வேறுபடுத்திப் பார்க்கிறது. இவள் உனக்குத்தான் பிறந்தவள் என்று அன்னையின்

அறிமுகத்தில் தந்தையின் முதல்பார்வை மட்டுமல்ல,
என்ன பிள்ளை பெத்துயிருக்கே என்று நான் போர்த்தியிருந்த டவலை உருவி என் பெண்குறியை நோட்டமிட்ட உறவுகளுக்கும் சரி, அவர்கள் பார்வையில் வதை படப்போகும் ஒரு உயிராய் நான் தெரிந்திருக்கிறேன்.

நான் ஏன் ஆணாக பிறக்கவில்லை, என்று பலமுறை யோசித்து இருக்கிறேன், ஆனால் ஆண்மைக்கு இங்கே கவர்ச்சியில்லை, எங்கும் பெண் என்ற இரண்டெழுத்து சதைக்கு கிடைக்கும் கவர்ச்சியும் பளபளப்பும் அவர்களுக்கு கிடைப்பதில்லை என்பது உண்மைதான்.

மங்கையராய் பிறப்பதற்கே நல்லமாதவம் செய்திட
வேண்டும்மா என்றான் பாரதி! என்ன தவம் செய்துவிட்டேன் என்று இறைவன் என்னை பெண்ணாய் படைத்தான்,

நானும் என் பெண்மையும் ஒவ்வொரு நாளும் சோதனைக் கூண்டிற்குள் அடைபட்ட எலியாகத்தானே போகிறோம்.

சமூகத்தின் பல்வேறு அவலங்கள் இன்று இனிப்பு தடவிய மிட்டாய்களாய் உருமாறியிருக்கிறது அந்த சரிகைக் கவர்களின் கவர்ச்சியில் சிக்கிய பிள்ளைகள் ஏராளம் அதில் நானும் ஒருத்தி நாளும் ஒருத்தி!

கடிதம் பதினேழு

பனிக்குடம் தழும்பி தவிக்கின்ற தாயின் நிறைகுடம்
சராசரிக்கும் அதிகமான எதிர்பார்ப்புத்தான் இப்போதைய எனது நிலை. வெறும் படுக்கையறைப் பாவையென இருக்கும் நிலை மாறிட என்ன ஆவணங்கள் செய்யப் போகிறேன் நான். இலக்கியங்களில் இறந்தகாலங்களில் கூட என் போன்ற பெண்கள் உண்டு. ஆனால் அவர்களின் எதிர்காலம் என்னவோ சூன்யமாகிப் போன அமாவாசை வானத்தைதான் நினைவூட்டுகிறது.

சுவரொட்டியினைப் போலத்தான் என் போன்ற பெண்டிரின் வாழ்க்கை. ஓய்வோ உறக்கமோ அழுக்கூறும் முதுகின் அரிப்பை சுமப்பதால் பகலில் ஒட்டிய ஆடையை இரவில் நிர்வாணமாக்கி எவனோ ஒருவனின் காமக் கோந்தினை தடவி மெழுகி அதையே ஆடையாக்கிக் கொள்கிறேன். பகல் விழிக்கும் நேரம் மணப்பெண்ணாய் புது ஆடையோடு அலங்காரம் சுமந்த அலமாரியென குறுகுறுவென்று பார்த்திட்டு சுகமாய் சாய்ந்து கொண்டு குளிர் அடித்து கோலமிடும் பனித்துளியைப் போல, புதிய வர்ணத்தின் வாசனையை சுமந்து

கொள்கிறேன்.

வண்ணங்கள் அனைத்தும் இழந்த பூச்சியாய் இன்றே அணிகிறேன் நாளை அவிழ்க்க?! பிடிக்காத அலைகளை சுமக்கின்ற கடலைப் போல ஒவ்வொத எத்தனையோ சுமை எச்சில்களை சுமந்த குப்பைத் தொட்டியாய் மாறிப்போனேன். சித்திரங்கள் தொலைந்த சுவர் நான் எனக்காக யாராவது குரல் தருவீர்களா ?

வாடகையாய் பெற்ற உடலில் உயிர் கூட்டைப் பிழிந்து குருதியாய் நிரம்பிய துளியைப் பிள்ளையாய் சுமக்கும் பாக்கியம் எனக்கில்லை. ஆம் நான் இழந்தவைகள் அதிகம் இச்சமூகத்தில் !

எஞ்சிய நாட்களில் எனக்கென அழவோ சிரிக்கவோ இல்லாத ஒரு இதயம். ஏமாற்றக் கப்பல் என்னை பெரும் சுழலுக்குள் தள்ளிவிட்டது. பனிக்குடம் தழும்பி தவிக்கின்ற தாயின் நிறைகுடம் கிழித்து ரத்தச் சேற்றில் குளித்தபடி, அழகான பூமியின் குளிரையும் வெயிலையும் அனுபவிக்க அழவும் சிரிக்கவும் கற்றுக் கொண்டு வெளியேறி ? செந்நிற வாய்திறந்து! சூடான மார்புத் தட்டையின் பாலைச் சுவைத்து

பரிமாறி பஞ்சு மெத்தையில் படுத்துறங்கி

தவழ்ந்து விளையாடிட முழங்கால் முற்றிலும் அச்சாய் தழும்புகள்! பொம்மைச் சகாக்கள் அணிவகுக்க பொய்க்கால் குதிரையில் பூவுலகம் சுற்றி ?

தாய்மடிச் சுகம்தனில் அமிழ்ந்திட்டேன். தோழமையின் தோளில் அமர்ந்து பரவி விரிந்த பூவுலகில் பருவ வயதில் பொங்கி எழுந்த திமிரை பூத்துக் குலுங்கிய எழிலை காளையரின் பார்வைகள் குறுகுறுக்க, தாவியணைத்தேன் தாவணியை?!

மூழ்கிக்கிடந்த உடைகளின் அடியில் உள் மனம் விழித்துக் கொண்டு காதலுக்கென விழைந்தது, தேடினேன் நானும் தேவனும் வந்தான் தேன்சுளையென எனைச் சுவைத்தான்.

மயங்கினேன் அவன் மடியில் அள்ளியணைத்து அதரமும் சுவைத்து காதல் குழைத்து வரைந்தான் அவன் உருவம்தனை என் வெற்றுடலில்?! காவியம் என நான் காத்திருக்க காதலன் காணாமல் விடை கொடுக்க காலமகள் எடுத்துரைத்தாள் என் காதலின் சான்றினை?!

காயாகி கனியாகி பூவாகி மலர்ந்து மணம்பரப்பி நானே இன்று ஒரு அரக்கனைச் சுமக்கிறேன். அரசனைப்

படித்த நான் அரக்கனைப் படிக்க தவறிவிட்டேன். இன்று உடற் கூட்டை விட்டகன்று வெண்ணிற வானில் மேகமாய் கலந்தேன்!

வானக்கூரையின் கீழ் உலகம் எத்தனை காதல்களை சுமந்தபடி? இழந்து போன என் காதலின் சுவடுகளை நதிநரில் தேடியபடியே? பிறக்கும் போதும் இறக்கும் போதும் அழுகை ஒன்றே துணையாய்? கசிந்துருகிறது என் கருப்பை உனை ஒரு முறையாவது சுமக்க வேண்டும் என்று!

கடிதம் பதினெட்டு

காதலனே உன்னைத் தேடுகிறேன் நான்

தொலைத்த இடத்தில் தேடு என்பார்கள் தொலைத்த இடமும் தெரியவில்லை தொலைந்தனைத்தையும் அறியவும் இல்லை நான் !

வாரப்பத்திரிக்கையின் பக்கங்கள் அனைத்தும் காற்றில் ஆடி அலைக்கழித்து கொஞ்சம் படியேன் என்று ! அருகருகே அமர்ந்து இலக்கியம் பேசி காதல் குழைத்து சித்திரம் சமைக்க காதலனும் இல்லை கணவனும் இல்லை ஆனால், கனவுகள் மட்டும் நிரம்பிய குடமென்று என் மனம் தழும்பி வழிகிறது. அதில் ஒருவன் தன் காணாமற் போன காதலியைத் தேடுகிறேன்.

நேற்றைய காதலி இன்றைய மனைவியாகிப் போனாளாம் அவளிடம் அவன் இழந்ததை கவிதையாய் வடித்திருந்தான்.

காதலியே நான் உனைத்தேடுகின்றேன்

நீ என் மனைவியானபிறகு...

பார்வைப் பரிமாற்றங்கள் நிகழ்ந்த போதும்

நேசித்த விழிகளில் வழிந்த பாசத்தையும்...

என் காதலை நான் தவிப்பாய் சொன்ன போது

என்னிடமும் உன் பரிமாற்றம் இருந்த்து

என்று வெட்கமாய் நீ,

சாலையோர மரங்களில் சாய்ந்தபடி

மலர்களின் வாசத்தோடு உன்

பெண்மையின் வாசத்தை நுகர்ந்தும்...

சாலை நனைக்கும்

நீரை தொட்டுவிட கொஞ்சி

கொஞ்சி விளையாட உன்

கொலுசுப் பாதங்களில் என்

நிழலை அடக்கியதும்,

படகின் முதுகில் மணிநேரங்கள் சாய்ந்திருந்து,

பல கதைகள் பேசியதும் உன் மடி

மீது தலைசாய்த்து நின்

விலைமகளின் விலையில்லா கடிதம் |

வெண்டை விரல்களினால் நீ என் கேசம்

கோதிய போதும் சரணைந்தேனே உனை,

மஞ்சள் பூசி மல்லிகை வைத்து

பட்டுடுத்தி என் கைகள்

மங்கல நாணைப் பூட்டிட நீ குலுங்கிச்

சிரித்து கண்களில் நீரைக் கொட்டியபோது

கரைந்தேன் அந்த விழி நீரில்,

மங்கிய விளக்கொளியில் மன்மதனின் அரவணைப்பில்

பொங்கிய மோகத்தை வழித்தெடுத்து

வைக்கும் பளிங்குக் கிண்ணமாய் நீ

ஜொலித்த போதும்...

தேனிலவாய் தினமும் தித்தித்த

இரவுகளை கணக்கிட்டு பூ

நிலவென உன்னோடு ஒட்டி உறவாடிய தினங்களும்,

அன்று பொருட்காட்சியில் நீ பயம் கொண்டு

மிரண்டு அணைத்து உடலோடு உடலாக

ஒட்டிய தருணங்களிலும்,

வேர்வைக் களிப்பில் மேடிட்ட வயிரோடு

இடுப்பினைக் காவல் காத்த முந்தாணையில் என்

முகம் துடைத்த்தையும்...

அள்ளி மகிழ கொஞ்சி விளையாடிட என்

பிரதியாய் பிள்ளையை தந்த போதிலும்

என் அன்னையை உணர்ந்தேன் உன்னால்?

நாட்கள் மலர்ந்து உதிர்ந்தன...

நரை பூத்திருந்த்து நம் பிறை ஓரங்களில்

இரு பிள்ளைகளை ஈன்ற தாயாய்,

சகோதரியாய், மருமகளாய் என

உன்னுள் பல அவதாரங்கள் இதில்

உன்னிலே உன்னைத் தேடுகிறேன்,

மனைவியான பின்னால் காதலியாக்கிட

காதலியாக்கிட ஏங்குகிறது நெஞ்சம்...

என் பழைய காதலியைக் காதலாய் காண...

இறப்பே நான் உன்னை மனதார வரவேற்கி றேன் ஆனால் ஒரு நிபந்தனை எரியூட்டும் நெருப்பிற்கு என் மேல் காமம் பிறக்காமல் பார்த்துக் கொள் அதன் அணைப்பாவது உண்மையாய் இருக்கட்டும்.

கடிதம் பத்தொன்பது

இளைப்பாற இடம் தேடி எங்கோ தனிமைப் படுத்தி தவித்த கனவுகளுக்கு பயந்து துரத்தி விடப்பட்ட பறவையாய் பறக்கிறது மனது, நீண்ட தூரம் பயணித்து இளைப்பாற இடம் தேடி உனைக் கண்டேன். தோன்றிய தடம் இங்கு தூரமாய் போய் நிற்க. ஏங்கிய இதயம் அதில் ஏகந்தாமாய் உன் நினைவுகள். துரத்திட்ட கனவுகள் தூது சொல்லும் தென்றலாய் காதோரம் வீசிய அத்தென்றலில் உடல் சிலிர்த்து முகம் வியர்த்து தவிக்க தாகம் தணித்தது உன் உதடுகள்.

மழைக் கால கனவுகள் மனதை வருடிட இமைப் பொழுதில் விடியலில் மடியும் விட்டில் பூச்சியாய் என் மனம், தேங்கிய குட்டையில் மங்கலாய் உன் நினைவுகள் துரத்திடும் நிழலாய் பின்தொடரும் உனைத் தேடி தவித்திடும் விழிகள் பொழியும் நீரைத் தடுக்கும் இமையாய் குடைகள் தாகம் தணிக்க வானம் தருவிக்கும் நீரின் ஈரம் மனதிற்குள் பசுமையாய்.

இறப்பின்இளவரசி தன் சாவின் உதடுகளைக் கொண்டு தன்னை நோக்கி அழைக்கிறாள். தன் செவ்வண்ணக்

கண்களில் எனை காதலாட நோக்குகிறாள். குறித்த நேரத்தை சொல்ல அவள் வாய் திறக்க நான் ஒற்றை விரல் கொண்டு தடுக்கிறேன்.

இறப்புச் சாசனம் எழுதி உதை உரையில் இட்டு நிலா மறையும் வரையில் காத்திருக்கும் சூரியனைப் போல எனக்காக காத்திருக்கிறாள். இரவு பகலாகி என் நினைவு நெருப்பாகி சுட்டெரிக்க அவளை வானம் முழுவதிலும் தேடுகிறேன். அந்த ரணத்திலும் ஒரு சுவை இருக்கிறது.

இறப்பின் இளவரசி இப்போது என் காதலனாகி இருக்கிறான். வானவீதியில் மேகத்தோட்டத்தில் என் பிறை நெற்றியில் ஒற்றை விரல் கொண்டு நட்சத்திர திலகமிடும் என் மணவாளனாய் மாறியிருக்கும் அவளின் ஒற்றை உரசலை கேட்கிறேன்.

ஏ! இறப்பு காதலனே வெண்மேகத்தில் ஒரு வெள்ளை புறாவென நான். படர்ந்த நீல வானத்தின் பக்கவாட்டு சுவரென அதில் என் மனம் உனக்காய் இயற்றிய கடிதம் படித்தாயா? சிக்குண்ட மேகமென சிதைந்து போகிறேன். உன் கண்கள் எனும் நீல வானத்தில்! நீ கசக்கி தூக்கி எறிந்த குப்பைக் காகிதமாய் என் வாழ்வை நின்

பார்வை படாமல் கிழிந்து கிடக்கிறது. செந்நிற வானம் என் சிந்தனையை சிறகடித்துப் பறக்கச் செய்கிறது...

இரவில் கண்ட இன்பமெல்லாம் விடியலின் வெள்ளிப் பூக்களாய் பூத்திருக்க! என் கனவு நாயகனே இப் பூக்களைத் தொடுத்து பூவையென உன் தோளில் இடும் வேளையில் என் இதய ஓசைகள் உன் காதில் கேட்கிறதா! உறக்கம் இழந்த விழிப்படலம்

இமை முட இயலாமல் உன் உருவமதில் பொதிந்து கிடக்கிறது ! இதோ இமைகளை முடிவிட்டேன் நீ என் விழிபெட்டிக்குள் பொக்கிஷமாய் நீ !

நெற்றிக்குங்குமத்தில் நித்தம் ஒரு விரல் நிலையில்லா உடலை விற்கும் இரவு சந்தையின் சிகப்பு விளக்கு தன் ஒளியை குறைத்து கொள்ள போகிறது. என் கடிதத்தின் இறுதியில் கரை சேரா படகுகளில் ஒன்றாய் நான் நிர்கதியாய். உத்திரத்தில் தொங்கும் காற்றாடிக்கு விடுதலையளித்து அதில் என் உடலை அலங்கரித்த வெள்ளிப்புடவையின் தலைப்பை கட்டப்போகிறேன்

பிறர்பாரம் சுமந்த இந்த பூவுடலின் பாரத்தை அவ்வுதிரம் சுமக்கப் போகிறது.

ரத்தமும் சதையுமாய் அமைந்த உடலில் விலையாய் போன சதை நாளை அழுகிப்போகும் இந்நேரம் சுண்டியிழுத்த கண்களில் விழி பிதுங்கி பயமுறுத்தும்.

நிதம் உடல் கொத்திய கழுகுகளிடம் இருந்து தப்பித்து வெது வெதுப்பான மண்ணிற்குள் புதையப் போகிறேன். என்னைச் சுற்றி பாதுகாப்பாக மண் கூடாரம் அமைத்துக் கொள்ளப் போகிறேன். யாரும் அங்கே என்னை நெருங்க முடியாது. உடல் விருந்து படைத்த மிருகங்களிடம் இருந்து தப்பித்து சிறு பூச்சிகளுக்கு இரையாகப் போகிறேன்.

கடிதம் இருபது

முடிந்து விட்டது ஒவ்வொரு மனிதனின் வாழ்வும் சகாப்தம்தான். தனக்கென ஒரு நியதி எழுதிவைத்து வாழும் மனிதன் பிறர் பாராட்டவே தன் முகமூகடியை எளிதில் கழட்டுவதில்லை அவன் அதை ஒரு கவசமாக அணிந்து கொள்கிறான். கழட்டியெறியும் சமயங்களில் எந்த பிரதியும் இல்லாமல் பார்த்துக் கொள்கிறான். நான் கூட அப்படித்தான் கணக்கில் வராத அதாவது இக்கடிதத்தில் இடம்பெறா பல ரகசியங்கள் எனக்குள் புதைந்து போய் இருக்கிறது. கொஞ்சம் இருங்கள் கண்களின் ஒரு பகுதியை எறும்பு ஒன்று சுவாரஸ்யமாய் கடித்துக் கொண்டு இருக்கிறது. வசீகரமாய் சிரித்த உதடுகளில் மண் தன் சாயத்தைப் பூசிக்கொண்டு விகாரமாய் மூடிய மணல்மேட்டைப் பார்த்து சிரிக்கிறது. சதைகள் சற்றே கழண்டு வெள்ளை நிற எலும்புகள் துருத்திக் கொண்டு இப்போது என்னை சுவைக்க அதே படுக்கை விரிப்பிற்குள் எந்த மனித மிருகமாவது விரும்புமா?

இக்கேள்வியை நான் யாரை நோக்கி கேட்பது? பிறப்பிற்கும் இறப்பிற்கும் நடுவில் இறைவன் எழுதி வைத்திருந்த

எத்தனையோ கடிதங்கள் என் வாழ்வில் சரியான முகவரியில்லாமல் பலதும் திசைமாறியதைப் போலாகிவிட்டது என் வாழ்க்கைப் பாதை!

நான் இப்போது எழுதியிருக்கும் இக்கடிதங்கள் உரியவர்களான உங்கள் முகவரிக்கு நிச்சயம் கிடைக்கும் என்று நினைக்கிறேன். சிலிர்ப்பில் சில நொடிகள் உறைகிறேன் பெயர் அறியாத ஏதோ ஒரு பூச்சியினம் தன் பற்களைக் கொண்டு எஞ்சியிருந்த தசையைப் புசிக்கிறது. விரட்டத் தோன்றவில்லை என்னை நானே ஒப்பிட்டுப் பார்க்கிறேன். எங்கே எடுப்பாய் தெரிய வேண்டும் எப்படி ஈர்க்க வேண்டும் என்று எனக்கு பாடம் எடுத்த அத்தையைக் கூட அவள் இறக்கும் போது இப்படியொரு பூச்சியிடம் மாட்டி வைக்கவேண்டும்.

என் இயலாமையால் ஏமாந்தவள். அன்பாய் சீராட்டிய அன்னைக்கும் தந்தைக்கும் துரோகத்தை பரிசளித்தவள். நான் கொடுத்த அதே பரிசு என்னை நோக்கி திரும்பியது அவன் வடிவத்தில் ! என் துடிப்பை போலத்தானே அவர்களும் துடித்திருப்பார்கள். ஒற்றைவரியில் என்னைத் தேடவேண்டாம் என்று எழுதி வைத்து வந்தது எத்தனை பெரிய பிசகு.

அரக்கர்களின் பிடியில் சிக்கிக்கொண்ட புறாவாய் துடித்த அந்நிமிடங்களில் தவறை உணர்ந்தாலும் அதை புதுப்பித்துக் கொள்ள எந்த கால எந்திரமும் எனதருகில் இல்லையே?

உடலின் கடைசி தசை துணுக்கும் கழண்ட நிலையில் எதற்காக இப்பிறப்பு எது நிரந்தரம் எது நிலையானது என்ற கேள்விக்கு இப்போதும் பதிலில்லை. என்னைச் சுற்றி எழுப்பியிருக்கும் வேலிக்கு நடுவில் நான் அரூபமாய் நிற்கிறேன். இனி என் செயல்கள் எதை நோக்கி ! என்னை நிர்மலமாக்கியவர்களை நான் இதே அரூப வழியில் பழி தீர்க்கப்போகிறேனா?

ஆனால் நான் நினைத்திருந்தால் அந்த சதைப்பிண்டத்தின் கையில் சிக்கியும் சீரழியாமல் இறந்து போனாளே பெயர் தெரியாத ஒருத்தி அவளைப் போல இறந்திருக்கலாமே? ஏன் மனமுவந்து இந்த உயிர்சிதைவினை ஏற்றுக் கொண்டேன். அடிமனதில் இவ்வழுக்கை நான் ரசித்திருக்கிறேனா?

அல்லது இந்த ரசவாதம் எனக்குள் நிகழ வேண்டும் என்று பொறுத்துக் கொண்டேனா? உடலாசையோ உயிராசையோ ஏதோவொன்று என்னை

நிலைநிறுத்திக் கொண்டது.

எல்லாம் முடிந்தது என் கவலைகள், இழப்புகள் எதிர்பார்ப்புகள், ஏமாற்றங்கள் எல்லாம் சொல்லியாகி விட்டது இனிமேல் என்ன தத்துவம் ஏதாவது சொல்லப் போகிறேன் என்று நினைத்தால் சத்தியமாய் நீங்கள் ஏமாந்துதான் போவீர்கள் எனக்குள் எந்த சன்மார்க்கமும் முளைக்கவில்லை.

அடுத்த பிறவி என்று ஒன்று இருந்தால் ஒரு ஐந்தறிவுள்ள ஜீவனாய் பிறக்கவே விரும்புகிறேன் மீண்டும் சந்திப்போம்.

இப்படிக்கு

விலையில்லா விலை மகள்

ஆசிரியர் குறிப்பு
லதாசரவணன்

தன்னம்பிக்கை பேச்சாளர், 20க்கும் மேற்பட்ட புத்தகங்கள் எழுதிய எழுத்தாளர் என, பன்முகத் தன்மையுடன் பயணிப்பவர். இவர் முதலில் எழுதிய சிறுகதை, கூட்டு குடும்ப சிக்கல்கள், திருமணம் குறித்து, 2003ல், வார இதழ் ஒன்றில், 'மாலினி' என்ற தலைப்பில் வெளியானது. தொடர்ந்து, தற்போது வரை, வார இதழ்கள், நாளிதழ்களில், 60க்கும் மேற்பட்ட நாவல்கள், 200க்கும் மேற்பட்ட சிறுகதைகள் பிரசுரமாகியுள்ளன. தவிர, பதிப்பகம் வழியாக வெளியான, 20க்கும் மேற்பட்ட புத்தகங்களும் அடங்கும். திருநங்கையர் வாழ்க்கை சூழல் பற்றி, இவர் எழுதிய 'காகித பூக்கள்' 2010ல் எழுதி வெளியானது. தொடர்ந்து, 'உயிரோவியம்' தீப்பெட்டி தொழிலாளர்கள் பற்றிய, 'நெஞ்சம் மறப்பதில்லை, காலநதியில் சித்திர பாவைகள்' தன்னை அறியாமல் ஏமாந்த பெண் பற்றிய, 'காற்றாய் வருவேன்' என, 20க்கும் மேற்பட்ட

புத்தகங்கள் எழுதியுள்ளார். பல விருதுகளும் பெற்றுள்ளார்.

www.ingramcontent.com/pod-product-compliance
Lightning Source LLC
LaVergne TN
LVHW041541070526
838199LV00046B/1774
* 9 7 8 9 3 6 4 9 4 8 5 4 8 *